പൂർവികഭൂമി

poorvikabhoomi

•

dr. suryaganthan

•

translation
padma krishnamoorthi

•

first edition
january 2012

•

typesetting
star communications, thiruvananthapuram

•

published
chintha publishers, thiruvananthapuram

•

printed
geethanjali offset prints, kozhikode

•

cover
ambeesh

വിതരണം

ദേശാഭിമാനി ബുക്ക് ഹൗസ്

H O തിരുവനന്തപുരം-695 035
www.chinthapublishers.com
chinthapublishers@gmail.com

ബ്രാഞ്ചുകൾ

ഹെഡാഫീസ് കുന്നുകുഴി • ഓവർബ്രിഡ്ജ് തിരുവനന്തപുരം • കെ എസ് ആർ ടി സി ബസ് സ്റ്റേഷൻ ആലപ്പുഴ • കെ എസ് ആർ ടി സി ബസ് സ്റ്റേഷൻ എറണാകുളം • മച്ചിങ്ങൽ ലെയ്‌ൻ തൃശൂർ • ഐ ജി റോഡ് കോഴിക്കോട് • കെ എസ് ആർ ടി സി ബസ് സ്റ്റേഷൻ കോഴിക്കോട് • എൻ ജി ഒ യൂണിയൻ ബിൽഡിങ് കണ്ണൂർ • സെൻട്രൽ ബസ് ടെർമിനൽ കോംപ്ലക്സ് താവക്കര കണ്ണൂർ

CO - 1659 / 2808

പൂർവികഭൂമി

(തമിഴ് നോവൽ)

ഡോ. സൂര്യകാന്തൻ

പരിഭാഷ: പത്മാ കൃഷ്ണമൂർത്തി

ചിന്ത പബ്ലിഷേഴ്സ്
തിരുവനന്തപുരം-695 035
വില : ₹ 65

ഡോ. സൂര്യകാന്തൻ

പ്രശസ്ത തമിഴ് സാഹിത്യകാരൻ. ജനനം കോയമ്പത്തൂർ പേരൂർ രാമചെട്ടിപ്പാളയം. എം എ ബി എഡ്, എം ഫിൽ, പി എച്ച് ഡി ബിരുദങ്ങൾ. ഇരുപത്തഞ്ചോളം ആനുകാലിക പ്രസിദ്ധീകരണങ്ങളിൽ എഴുതി വരുന്നു.

മൂന്ന് കവിതാസമാഹാരങ്ങൾ, അഞ്ച് ലേഖന പരമ്പരകൾ, പന്ത്രണ്ട് ചെറുകഥാ സമാഹാരങ്ങൾ, പത്ത് നോവലുകൾ എന്നിവ പ്രസിദ്ധീകരിച്ചിട്ടുണ്ട്.

ഭാരതിയാർ, ഭാരതിദാസൻ, മധുര കാമരാജ്, അണ്ണാമലൈ, ചെന്നൈ, കേരള, കർണാടക യൂണിവേഴ്സിറ്റികളിൽ കൃതികൾ പാഠപുസ്തകങ്ങളാക്കിയിട്ടുണ്ട്.

പല സൃഷ്ടികളും ഇംഗ്ലീഷ്, മലയാളം, കന്നഡ, ഹിന്ദി ഭാഷകളിൽ മൊഴിമാറ്റം നടത്തിയിട്ടുണ്ട്.

കൃതികൾ ആധാരമാക്കി നാൽപ്പതുപേർ എം ഫിലിനും പതിനഞ്ച് പേർ പി എച്ച് ഡിക്കും പഠിച്ചു ബിരുദങ്ങൾ നേടിയിട്ടുണ്ട്.

കോയമ്പത്തൂർ ഗവ. ആർട്സ് കോളേജിൽ തമിഴ് വിഭാഗം അസി. പ്രൊഫസറാണ്.

കോയമ്പത്തൂർ റെയ്ൻബോ എഫ് എമ്മിൽ 'മയിലിറക്ക്' പ്രത്യേക വിഭാഗ അനൗൺസറാണ്.

അഖിലൻ സ്മാരക അവാർഡ്, ഇലക്കിയ ശിന്തനൈ, ഇലക്കിയ വീഥി, ലില്ലി ദേവശിഖാമണി, തമിഴ്നാട് കലൈ ഇലക്കിയ പെരുമൺറം, അഴകിയ നായകി അമ്മാൾ സ്മാരക അവാർഡ്, ഉടുമലൈ ഇലക്കിയ പേരവൈ, ഭാരതിയാർ യൂണിവേഴ്സിറ്റി തമിഴറിഞ്ജർ എന്നീ പുരസ്കാരങ്ങൾ നേടിയിട്ടുണ്ട്.

വിലാസം : 11/9, മാരപ്പഗൗണ്ടർ സ്ട്രീറ്റ്, രാമചെട്ടിപ്പാളയം
ചുണ്ടക്കാമുത്തൂർ പി ഒ, കോയമ്പത്തൂർ – 641010
ഫോൺ : 09944557480

പത്മാ കൃഷ്ണമൂർത്തി

1951 ൽ ജനിച്ചു. സർക്കാർ ജോലിയിൽനിന്ന് വിരമിച്ച് തൃശൂരിൽ താമസിക്കുന്നു.

തമിഴിൽനിന്ന് ചെറുകഥാ സമാഹാരങ്ങൾ, നോവലുകൾ എന്നിവ പരിഭാഷപ്പെടുത്തിയിട്ടുണ്ട്.

വിലാസം : 'രാജ് വിഹാർ'
തിരൂർ ടാഗോർ റോഡ്
എം ജി കാവ് പോസ്റ്റ്
തൃശൂർ – 680581
ഫോൺ : 0437–2200833

അവതാരിക

പൂർവികഭൂമി ഒരന്വേഷണം

മണ്ണും മനുഷ്യനും തമ്മിലുള്ള ബന്ധം, ഗർഭസ്ഥശിശുവും മാതാവും തമ്മിലുള്ള പൊക്കിൾക്കൊടി ബന്ധത്തിന് തുല്യം.

സംസ്കൃതികളുടെയും വിശ്വാസങ്ങളുടെയും പരമ്പരാഗമനം മാത്രമാകാതെ, ഏത് മണ്ണിൽ ഏത് സ്ഥിതിവിശേഷങ്ങളിൽ മനുഷ്യൻ വസിക്കുന്നോ ആ സ്വയാർജിത വീക്ഷണങ്ങളുടെ നിഴലുകളേയും ഈർപ്പങ്ങളേയും അവൻ ഉൾവാങ്ങേണ്ടിയുമിരിക്കുന്നു.

ഒരു സാഹചര്യത്തിൽ നിന്നും മറ്റൊരു സാഹചര്യത്തിലേക്ക് പറിച്ചു നടുമ്പോൾ മുൻകാല തുടരന്വേഷണങ്ങളും പൂർവബന്ധങ്ങളും പ്രാന്തവൽക്കരിക്കപ്പെട്ടു പോകുന്നു. ക്രൂരവണ്ടുകളുടെ ദംശനമേൽക്കേണ്ടിവരുന്ന പുഴുവിനെപ്പോലെ പുതിയവയുടെ ആക്രമണത്തിൽ ജീവിതായോധനം മാറ്റങ്ങളിലെ ബലിയാടുകളുമാകുന്നു.

ജീവിതപ്രയാണത്തിന്റെ നിരന്തരചലനങ്ങളുടെ ചംക്രമണങ്ങൾക്ക് കലാരൂപം നൽകാനുള്ള ശ്രമമാണ് *പൂർവികഭൂമി* എന്ന നോവലായി പരിണമിച്ചത്.

കോയമ്പത്തൂർ, പെരിയാർ ജില്ലകളിലെ കർഷകർ മറ്റാരെക്കാളും കഠിനാധ്വാനികളാണ്. കടലാഴങ്ങളിൽ പുതഞ്ഞുപോയ ഭൂമിയെ ഉയർത്തുവാൻ മഹാവിഷ്ണു അവതാരമെടുത്തതുപോലെ, മണ്ണിൻഗർത്തങ്ങളിൽ പുതഞ്ഞു നിൽക്കുന്ന നീരുറവകളെ മേലോട്ടുയർത്തുകയെന്നതും ഈ കർഷകരുടെ അധ്വാനത്തിന്റെ അടയാളങ്ങളാണ്. കാനനത്തെ വിളനിലമാക്കാനും മേട് പള്ളങ്ങൾ സമനിലമാക്കാനും ഈ കഠിനാധ്വാനികൾക്ക് നിഷ്പ്രയാസമാണ്. പക്ഷേ കഠിനാധ്വാനശീലരാണെങ്കിലും ചെറുകിട കർഷകർക്ക് തങ്ങളുടെ ചെറുനിലങ്ങളിൽ നിന്നുള്ള വരുമാനം ശുഷ്കമാകുമ്പോൾ ഈ പാവങ്ങൾ വളർന്നുവരുന്ന തൊഴിൽശാലക

ളിൽ ചേക്കേറുവാനോ അല്ലെങ്കിൽ മറ്റെന്തെങ്കിലും തൊഴിലുകൾ തെരഞ്ഞെടുക്കാനോ നിർബന്ധിതരാകുന്നു. യഥാസമയം മഴ ലഭിക്കാത്തതും കൃഷിക്ക് തടസമാകുന്നു.

ഈ സാഹചര്യങ്ങൾമൂലം അയൽസംസ്ഥാനമായ കർണാടകത്തിലെ തരിശ് ഭൂമികളെ പൊൻവിളയും വിളനിലങ്ങളാക്കാനുള്ള ദൃഢതയോടെ ഈ ചെറുകർഷകർ പ്രയാണമാരംഭിക്കുന്നു.

ഇവിടെ *പൂർവികഭൂമി* ശ്രേഷ്ഠതയുള്ള നോവലായി പരിണമിക്കുന്നു. സ്വാനുഭവങ്ങളെ സൃഷ്ടികളാക്കുന്ന കലയിൽ സൂര്യകാന്തൻ നിപുണനാണ്. കനവിന്റെ കൂടാരങ്ങൾ നിഴൽ നൽകിയ ഇളംപ്രായത്തിലെ മധുരാക്ഷരങ്ങളിൽ കവിതകളെഴുതി തുടക്കംകുറിച്ച ആൾ. ചെറുകഥകളും നോവലുകളും കഥനമുറകളിലെ ഏണിപ്പടികളിൽ ഉയർത്തി നിർത്തിയ ആൾ. അൻപും അനുഭവവും വാക്കിന്റെ മുനകളിൽ ഉടക്കി നിർത്തിയ ആൾ. കാലങ്ങളേറ്റു വാങ്ങിയ *മാനാവാരി മനിതർകൾ* എന്ന നോവൽ ആ എഴുത്തുടമയുടെ ഉദാഹരണസൃഷ്ടിയാണ്.

ഒരു ചെറുകിട കർഷകനായതിനാൽ കൃഷിയുടെ ഏറ്റക്കുറച്ചിലുകൾ നന്നായി മനസിലാക്കിയ എഴുത്തുകാരനാണ് സൂര്യകാന്തൻ.

ജലസ്രോതസ്സില്ലാത്ത നിലങ്ങളേയും അവിടെ പണിയെടുക്കാൻ വിധിക്കപ്പെട്ട ഉഴവ് മാടുകളേയും സ്വന്തം ജീവിതവേരോട്ടങ്ങൾക്ക് അനുവാദമില്ലാത്ത സാഹചര്യങ്ങളേയും നന്നായി കണ്ടറിഞ്ഞ കർഷകൻ.

കൈയ്യകലത്തിൽ നിലവും മനസിൽ നിറഞ്ഞു തുളുമ്പിയ ആഗ്രഹങ്ങളും പേറി കുടുംബപ്രാരാബ്ദങ്ങളിൽ ഉഴറി നടക്കുന്ന കർഷകനെ കണ്ടാലറിയില്ല, കേട്ടാലറിയില്ല, അനുഭവിച്ചറിയണം. ഈ അനുഭവസമ്പത്തുൾവാങ്ങിയതിനാലാവണം *മാനാവാരി മനിതർകൾ* സൂര്യകാന്തന്റെ ഉത്തമസാഹിത്യസൃഷ്ടിയായത്. ആ അനുഭവം വരച്ചെടുത്ത മറ്റൊരു ചിത്രമാണ് *പൂർവികഭൂമി.*

സാമ്പ്രദായിക മുത്തിഴകൾ മനോഹരമായി ഇണക്കിച്ചേർത്ത് നെയ്തെടുത്ത നോവലാണിത്.

1. ഗ്രാമീണ കർഷകത്തൊഴിലിലെ സാമ്പത്തികത്തകർച്ചയും പുതിയ ജീവിതാന്വേഷണവും.
2. ദരിദ്രകർഷകർ പരസ്പരം ചൂഷണത്തിന് വിധേയരാകുന്നത്.
3. രാഷ്ട്രീയ നാടകങ്ങളാൽ അയൽസംസ്ഥാന വിധ്വംസക ചെയ്തികളും അവയുടെ ദുരന്തങ്ങളും.

കർഷകത്തൊഴിലിലെ സാമ്പത്തികത്തകർച്ചയിലെ ബലിയാടുകളായി ഒരു തൊഴിൽശാലയിലെ ജോലിക്കാരാവാൻ വിധിക്കപ്പെട്ടവരാണ് പഴനിയപ്പനും ബന്ധു നഞ്ചപ്പനും. അർധപട്ടിണിക്കാരായ അവർ ഈ ജീവിതത്തിൽ മനംനൊന്ത് കഴിയുന്നു. ഭാസുരമായ ഒരു ഭാവി തേടി അവർ അവരുടെ പൂർവികഭൂമിയെ വിട്ടു അയൽ സംസ്ഥാനമായ കർണാടകത്തിൽ നിലംവാങ്ങി അധ്വാനിക്കുന്നു. കല്ലും മുള്ളും നിറഞ്ഞ ആ ഭൂമിയിൽ അവർ നെല്ലും കരിമ്പും വിളയിച്ചെടുക്കുന്നു!

ഇത് ആദ്യ പരിണാമം.

ചങ്ങാതികളായി, ബന്ധുക്കളായി പുതിയ കൂട്ടുകച്ചവടത്തിൽ നഞ്ചപ്പൻ മനഃപൂർവം പഴനിയപ്പനെ ചതിക്കുന്നു. പഴനിയപ്പന്റെ നിലം സ്വന്തം പേരിലാക്കിയും വേറെയും നിലങ്ങൾ കൈവശപ്പെടുത്തിയും ചുളുവിൽ ധനവാനാകുന്നു. അന്യന്റെ അധ്വാനഫലം സ്വയം അനുഭവിച്ചു ധനവാനാകുക!

ഇത് രണ്ടാം പരിണാമം.

അധ്വാനിക്കുന്നവന്റേയും, ആ ഫലപ്രാപ്തി സ്വയാർജിതമാക്കിയെടുക്കുന്നവന്റെയും വിപരീതത്വരീതികൾ തുടർച്ചകളാകുമ്പോൾ തന്നെ കാവേരിനദീജല തർക്കങ്ങളിലുടക്കി കർണാടകം അവിടത്തെ തമിഴ് ജനതയോടുള്ള ആക്രമണത്തിന് ആക്കം കൂട്ടുന്നു. ഈ സാഹചര്യത്തിൽ തമിഴ്മക്കൾ തങ്ങളുടെ അധ്വാനഫലങ്ങൾ ഉപേക്ഷിച്ച് തമിഴ് മണ്ണിലേക്ക് തന്നെ തിരിച്ചു പലായനം ചെയ്യുന്നു. ദരിദ്രനും ധനവാനും കർഷകനും തൊഴിലാളിയും അങ്ങനെ ഏവരും നിലനിൽപ്പിനായി എല്ലാമെല്ലാമുപേക്ഷിച്ചു സ്വന്തം സംസ്ഥാനത്തേക്ക് തന്നെ ചേക്കേറുവാൻ നിർബന്ധിതരാകുന്നു! ഇത് നോവലിന്റെ അന്ത്യപരിണാമം.

ഭൂമി ആരുടേതാണ്?

നമുക്ക് ഭൂമി സ്വന്തമാണോ?

അതോ നാം ഭൂമിക്ക് സ്വന്തമോ? ഇത്തരം ചോദ്യശരങ്ങൾ പാഞ്ഞു വരുന്നു.

ഒരുപക്ഷേ പൂർവികഭൂമി വിട്ടു വന്നതിനാലാണോ മറ്റെവിടെയും വേരുറപ്പിക്കാൻ കഴിയാതെയാകുന്നത്!

ഉത്തരം തേടിപ്പിടിക്കാനായി എഴുത്തുകാരൻ വായനക്കാരനെ പരക്കം പായിക്കുന്നു.

ഉപേക്ഷിച്ചു വന്ന ഭൂമി പൂർവികഭൂമി ആയിരിക്കാം... പക്ഷേ.. പക്ഷേ...

പുതിയ ഭൂമിയിൽ പിറന്ന പുതിയ തലമുറകൾ; ജീവിച്ചു തീർക്കേണ്ട ഭൂമിയല്ലേ പൂർവികഭൂമി!!!

വായനക്കാരനെ ഇത്തരം കോണുകളിലൂടെ ചിന്തിക്കാനനുവദിക്കുന്നു സൂര്യകാന്തൻ.

ഇക്കഴിഞ്ഞ തൊണ്ണൂറ്റൊന്നാമാണ്ടിന്റെ അവസാനങ്ങളിൽ നാടറിഞ്ഞ കയ്പും നോവും ചൂടും ഒട്ടും കുറയാത്ത വിധത്തിൽ എഴുത്തുകാരൻ നമ്മിലേക്ക് പകർന്നു തരുന്നു.

ആരും തൊട്ടെഴുതാത്ത ആ പ്രശ്നങ്ങളും സത്യങ്ങളും ഉൾവാങ്ങി അക്ഷരങ്ങളാക്കി ഈ കൃതി സൂര്യകാന്തൻ വായനക്കാരന് നൽകുന്നു.

യഥാർഥത്തിൽ ഇവ ഈ നോവലിന്റെ പരിമിതിക്കുള്ളിൽ മാത്രം ഒതുങ്ങി നിൽക്കുന്ന ചോദ്യമല്ല. മുംബൈയിൽ, കൊൽക്കത്തയിൽ ഉപജീവനത്തിനായി കുടിയേറിപ്പാർത്ത കുടുംബങ്ങളുടെ ചോദ്യം, അമേരിക്കയിൽ യൂറോപ്പിൽ ജോലി സമ്പാദനത്തിനായി ചേക്കേറി അവിടങ്ങ

ളിലെ നാഗരികതയിൽ അലിഞ്ഞു ചേർന്ന തമിഴ് ജനതയുടെ ചോദ്യം. ഉത്തരങ്ങൾ കൃത്യമായി സൂര്യകാന്തൻ നൽകുന്നുവെന്നാലും ഇനിയും അന്വേഷണങ്ങൾ നടക്കുന്നുവെന്നത് സത്യം. ഇത്തരം തീവ്രാനുഭവം നമ്മിലുടലെടുക്കുന്നുവെന്നതിൽ നിന്നുതന്നെ നോവലിന്റെ ചിന്താമൂർച്ചകൾ മനസിലാക്കാനാകുന്നു.

സ്വന്തംനടപ്പാതകളിൽ നിന്നും വിട്ടകന്ന ഒരൊറ്റ കഥാപാത്രം പോലും സൂര്യകാന്തന്റെ സൃഷ്ടികളിലില്ല.

ചെമ്മണ്ണും പൊടിയും ചതുപ്പും നിറഞ്ഞ ഗ്രാമത്തിന്റെ അസൽ രൂപ വിശേഷങ്ങൾ. കഥാപാത്രങ്ങളുടെ സംഭാഷണങ്ങളിൽ സുന്ദര കൊങ്കുനാടിന്റെ ഗ്രാമ്യംമണം. കോയമ്പത്തൂർ ജില്ലയുടെ തനത് മൊഴിയുടെ വശ്യശാലീനതയും പച്ചപ്പും യഥാർഥ മൊഴിസാന്നിധ്യവും.

കാലാനുകാലങ്ങളിൽ ശ്രദ്ധിക്കപ്പെടുന്ന നോവലായി മാറുന്ന കൃതി.

സൂര്യകാന്തന്റെ തൂലിക മന്ത്രക്കോലല്ല.

അധികാര ദുഷ്ക്രിയയുടെ ചെങ്കോലുമല്ല.

സാധുകർഷകൻ കയ്യിലേന്തും കലപ്പയെന്ന അധ്വാനത്തിന്റെ അടയാളക്കോൽ

അതെന്നും പ്രവർത്തനക്ഷമമായിരിക്കട്ടെ

ആ കലപ്പ ഉഴുതുമറിക്കാനായി നമ്മുടെ ഹൃദയനിലങ്ങൾ കാത്തിരിക്കുന്നു.

സ്നേഹാദരങ്ങളോടെ

ശിർപ്പി ബാലസുബ്രഹ്മണ്യം
തമിഴ് വിഭാഗം മുൻ മേധാവി

ഭാരതിയാർ സർവകലാശാല
കോയമ്പത്തൂർ

ആമുഖം

എന്റെ പൂർവികഭൂമി

പുരോഗമന സാഹിത്യ നിലങ്ങളിൽ ദൃഢമുദ്രകൾ പതിപ്പിച്ച് വേരുകളുറപ്പിച്ച *പൂർവികഭൂമി* കലാശാലകളിലും സർവകലാശാലകളിലും സാഹിത്യ സമ്മേളനങ്ങളിലും സംവാദസംഗമങ്ങളിലും ഭാഷാ സ്നേഹികളിലും ഉത്തമ നോവലെന്ന പദവി ലഭിച്ചിട്ടുള്ളതാണ്. എന്റെ *മാനാവാരി മനിതർകൾ*ക്ക് ശേഷമുള്ള നോവലാണിത്.

ഈ നോവൽ എഴുതാനുണ്ടായ സാഹചര്യങ്ങളും ആവശ്യകതകളും കോയമ്പത്തൂർ ഭാരതിയാർ സർവകലാശാല തമിഴ് വിഭാഗം മുൻമേധാവി പ്രൊഫ. ശിർപ്പി ബാലസുബ്രഹ്മണ്യം തന്റെ അവതാരികയിൽ വിശദമായി വിവരിച്ചിട്ടുണ്ട്.

മുൻകാലങ്ങളിൽ കൊങ്കുനാടിന്റെ തൊഴിൽശാലകളിൽ മുഖ്യമായും കൃഷിയായിരുന്നു പ്രാബല്യത്തിലുണ്ടായിരുന്നത്. മഴയുടെ ദൗർലഭ്യം, വരൾച്ച, പ്രകൃതിക്ഷോഭങ്ങൾ, വരുമാനക്കുറവ് എന്നിവ കാരണങ്ങളായപ്പോൾ ഇവിടത്തെ കർഷകർ അന്യസംസ്ഥാനങ്ങളിലേക്ക് ഉപജീവനാന്വേഷണങ്ങൾക്കായി കടന്നുപോയി. അങ്ങനെ സ്വന്തം മണ്ണു വിറ്റ് മറ്റു തൊഴിലുകളും വിട്ടു അയൽദേശമായ കർണാടകത്തിലേക്ക് നിർബന്ധിതപലായനം നടത്തി അവിടത്തെ വരണ്ട ഭൂവിഭാഗങ്ങളിൽ തങ്ങളുടെ ചോരയും വിയർപ്പും വിതറി ആ ഭൂമി പൊന്നുവിളയും ഭൂമിയാക്കി മാറ്റിയെടുക്കുന്നു.

കൊങ്കുനാട് കർഷകന്റെ രണ്ട്ദശകമായുള്ള അധ്വാന ഫലപ്രാപ്തി; അതിന്റെ പൂർത്തീകരണഘട്ടത്തിൽ കർണാടകത്തിൽ കാവേരി നദീജലതർക്കങ്ങൾ ഉടലെടുക്കുന്നു. അയൽസംസ്ഥാനത്തിൽ നിന്നും അന്നം തേടി വന്നവരെന്ന ഖിന്നവിചാരങ്ങളിൽ അവിടത്തെ 'ചില' മൊഴിഭ്രാന്തന്മാർ കുടിയേറ്റ കർഷകരായ തമിഴ്മക്കളെ ആക്രമണ പ്രക്രിയകളിലൂടെ ആട്ടിപ്പായിക്കുന്നു. ഈ സാധു കുടിയേറ്റ ജനതയുടെ വീട്, നിലങ്ങൾ, തോപ്പുകൾ, തൊഴിൽ സ്ഥാപനങ്ങൾ ഒക്കെയും ഈ കാപാലികന്മാർ നശിപ്പിക്കുന്നു.

സ്വത്തും ജീവനും അപകടത്തിലായപ്പോൾ ആ തമിഴ്മക്കൾ എല്ലാം ഇട്ടെറിഞ്ഞ് അടക്കാനാവാത്ത വേദന മാത്രം ശിരസ്സിൽ ചുമന്നു തങ്ങളുടെ ജന്മനാട്ടിലെത്തിച്ചേരുന്നു. ജന്മനാട്ടിൽ മറ്റൊരു വേദനയും അവരെ കാത്തിരിക്കുന്നുണ്ടായിരുന്നു. അവർക്ക് പൂർവികഭൂമി ഇല്ലെന്ന തിരിച്ചറിവായിരുന്നു അത്. ജനിച്ചുവളർന്ന്; ജീവിച്ചു തീർത്ത പഴയ ഊരുകൾ മാത്രം.

തങ്ങളുടെ പൂർവികം ഏതാണ്? തങ്ങളുടെ പിൻതലമുറകളായി കർണാടകത്തിൽ ജനിച്ച സന്തതികളുടെ പൂർവികം ഏതാണ്?

ഇത്തരം ശിഥിലമായ ചോദ്യങ്ങൾക്ക് ഉത്തരം കണ്ടെത്താനാവാതെ ആ പാവം മനുഷ്യർ അലഞ്ഞു.

ഒടുവിൽ തങ്ങളുടെ പൂർവികഭൂമി തേടിത്തന്നെ അവർ മടങ്ങുന്നു.

തങ്ങളുടെ കഠിനാധ്വാന ഫലമായുണ്ടായ പൂർവികഭൂമി.

കടുത്ത ആവേശത്തോടെയും ആത്മബലത്തോടെയും വീണ്ടും ചോരയും വിയർപ്പും ചിന്താനായ് അവർ നീങ്ങുന്നു. ഛിന്നഭിന്നമാക്കപ്പെട്ടു തരിശായി കിടക്കുന്ന ചാരക്കൂമ്പാരമായ ആ ഭൂമി വീണ്ടും ഫലഭൂയിഷ്ഠമാക്കാനുള്ള ചങ്കുറപ്പോടെ അവർ നീങ്ങുന്നു. പൂർവികഭൂമിയെ വീണ്ടെടുത്ത് പരിപാലിക്കുവാൻ അധ്വാനവും ആത്മവിശ്വാസവും യുദ്ധായുധങ്ങളാക്കി അവർ നീങ്ങിക്കൊണ്ടിരിക്കുന്നു.

നോവും നീറ്റലും കയ്പും നിറഞ്ഞ ആ തിക്താനുഭവങ്ങളെ പ്രമേയമാക്കി അക്ഷരക്കൂട്ടിലൊതുക്കിയ ഈ നോവൽ കാലങ്ങൾക്കതീതമായി അനുവാചകമനസുകളിൽ നിറഞ്ഞു നിൽക്കുമെന്ന് പ്രതീക്ഷിക്കുന്നു.

ഈ നോവലിലെ കഥാപാത്രങ്ങൾ യഥാർഥജീവിതത്തിൽനിന്നും ഉയിരെടുത്തവരാണ്. നോവലിലെ മുഖ്യപാത്രങ്ങളായ പഴനിയപ്പൻ, നഞ്ചപ്പൻ, സുബ്ബണ്ണൻ, തുളസിയമ്മാൾ എന്നിവർ ഇന്ന് ജീവിച്ചിരിപ്പില്ല. പൊന്നമ്മ, അരുക്കാണി, മണി, കലാമണി, സരസ്വതി തുടങ്ങിയവർ ഇന്നും ജീവിക്കുന്നു. മേൽപ്പറഞ്ഞവരുടെ കഷ്ടനഷ്ടങ്ങൾ ഞാനിനിയും അക്ഷരങ്ങളാക്കിയാൽ അതൊരുപക്ഷേ *പൂർവികഭൂമി*യുടെ തുടരധ്യായമായോ രണ്ടാം ഭാഗമായോ പരിണമിച്ചേക്കാം.

പ്രശസ്ത എഴുത്തുകാരൻ തോമസ് ഹാർഡിയുടെ *റിട്ടേൺ ഓഫ് ദി നേറ്റീവ്* എന്ന പുസ്തകത്തോടും മലയാളത്തിലെ പ്രിയങ്കരനായ കഥാകാരൻ തകഴി ശിവശങ്കരപ്പിള്ളയുടെ *രണ്ടിടങ്ങഴി*യോടും *പൂർവികഭൂമി*യെ വിമർശകർ താരതമ്യപഠനം നടത്തിയിട്ടുണ്ട്.

തമിഴ് സാഹിത്യത്തിലെ നോവൽപ്രസ്ഥാനത്തിൽ സംസാരവിഷയമായ ഈ നോവൽ പ്രൊഫ. കോ. വെ. ഗീത ഇംഗ്ലീഷിലേക്കും തൃശൂർ സ്വദേശിനി ശ്രീമതി പത്മാകൃഷ്ണമൂർത്തി മലയാളത്തിലേക്കും മൊഴിമാറ്റം ചെയ്തിരിക്കുന്നു.

ഈ നോവൽ പ്രസിദ്ധീകരിക്കുന്ന *ചിന്തപബ്ലിഷേഴ്സി*ന് എന്റെ ഹൃദയംനിറഞ്ഞ നന്ദി പ്രകാശിപ്പിച്ചുകൊള്ളുന്നു.

അഭിവാദനങ്ങളോടെ

കോയമ്പത്തൂർ **സൂര്യകാന്തൻ**

തുടക്കം

തമിഴകത്തിൽ കൊങ്കുനാടെന്ന പേരിലറിയപ്പെടുന്ന കോയമ്പത്തൂർ, സേലം, പെരിയാർ, ധർമപുരി ജില്ലകളിൽ കാർഷികവൃത്തി, മുഖ്യ തൊഴിലായി കരുതപ്പെട്ടിരുന്ന കാലം. കാലാകാലങ്ങളിലെ പ്രകൃതിക്ഷോഭങ്ങളിലും കാര്യകാരണങ്ങളാൽ സംഭവിക്കുന്ന കാർഷിക തകർച്ചയിലും ഉൾപ്പെട്ട് ഒരു കൂട്ടർ സ്വന്തഭൂമിയും പാർപ്പിടങ്ങളും ഉപേക്ഷിച്ചു കർണാടകയിലെ തെക്കൻപ്രദേശമായ ചാമരാജു നഗറിന്റെ പ്രാന്തങ്ങളിലെ വരണ്ടുവിണ്ടുകീറിയ ഭൂമികളിലേക്ക് കുടിയേറുന്നു. രക്തം വിയർപ്പാക്കിയ കഠിനാധ്വാനത്തിന്റെ ജീവൽതുടിപ്പുകളിൽ ആ നിലങ്ങൾ നൂറുമേനി വിളയുന്ന സ്വർണ ഭൂമികളാകുന്നു.

രണ്ട് ദശാബ്ദങ്ങളായി കർണാടക സംസ്ഥാനം തമിഴക ജനസമൂഹത്തിന്റെ കുടിപ്പാർപ്പുകളുടെ വേരുകൾ പറിച്ചെറിയാനൊരുങ്ങിയിട്ട്. കാരണമായെത്തിയതു കാവേരി നദീജല തർക്കം. കർണാടക മണ്ണിൽ നിന്നും വിരട്ടിയോടിക്കപ്പെട്ട് ഈ സമൂഹം വീണ്ടും തമിഴകമണ്ണിലേക്ക് തന്നെ തിരിച്ചുവരാനാകുന്ന അവസ്ഥ. നിലങ്ങളും പാർപ്പിടങ്ങളുമില്ലാതെ ഇരുപതാണ്ടുകൾക്ക് മുമ്പത്തെ തങ്ങളുടെ സ്വന്തഭൂമിയായിരുന്നെന്ന ഓർമകൾ മാത്രമുള്ള മണ്ണിൽ അഭയാർഥികളെപ്പോലെ കഴിയേണ്ടി വരുന്നു. അവരുടെ അന്തഃക്ഷോഭങ്ങളിൽ മറ്റൊരു ചോദ്യവും ഒളിഞ്ഞു നോക്കുന്നു. ഇരുപതാണ്ടുകളിൽ കർണാടക സംസ്ഥാനത്തു പിറന്നു വീണ താന്താങ്ങളുടെ സന്താനപരമ്പരയുടെ പൂർവികഭൂമി ഏതെന്ന വിചിന്തനം.

പുനരർഥങ്ങൾ തേടിയുള്ള അവരുടെ പ്രയാണങ്ങൾ, രണ്ടിടങ്ങളിലും മണ്ണില്ലാത്ത ഇവർക്ക് വീണ്ടും കർണാടകയിൽ താന്താങ്ങൾ വിട്ടൊഴിഞ്ഞ സങ്കേതങ്ങളിൽ തന്നെ പുനർജനിക്കായുള്ള പരിഹാസ്യയാത്ര വേണ്ടി വരുന്നു.

കഴിഞ്ഞ ഇരുപതാണ്ടുകളിൽ സുവർണയിടങ്ങളായി മാറ്റിയെടുത്ത തങ്ങളുടെ നിലങ്ങളും പാർപ്പിടങ്ങളും സംഗമവസ്തുക്കളും താറുമാറായി കിടക്കുന്ന കാഴ്ച.

ഉയിർത്തെഴുന്നേൽപ്പിന്റെ ചോദനയിൽ നഷ്ടങ്ങളുടെ കഴുത്തൊടിഞ്ഞ കണക്കുകൾ അവഗണിച്ചു മറ്റൊരു പുനർജനിക്കായി കിഴക്കുവാനത്തിലെ കതിരോനെ നോക്കി ഈ പാവം ജനം കൈകോർക്കുന്നു.

ഒന്ന്

പടിഞ്ഞാറ് ആകാശം അന്തിച്ചുവപ്പണിഞ്ഞു തുടങ്ങി. പഴനിയപ്പൻ ജോലി കഴിഞ്ഞ് സൈക്കിളിൽ മടങ്ങുകയാണ്.

കുനിയമുത്തൂരിൽച്ചെന്ന് മൂത്തച്ചേച്ചിയുടെ മകൻ നഞ്ചപ്പനെ കാണണം. പഴനിയപ്പന് ഈ മാസം കൂടിയേ ആസ്ബസ്റ്റോസു കമ്പനിയിൽ ജോലിയുള്ളൂ. നല്ല ശമ്പളം കിട്ടുന്ന ഈ സ്ഥിരം ജോലി നഷ്ടപ്പെടുത്തണമല്ലോ എന്നോർക്കുമ്പോൾ വല്ലാത്ത വിഷമം തോന്നി.

നേരത്തെ തന്നെ എടുത്ത തീരുമാനമാണിത്. ജോലി രാജി വെച്ചാൽ കിട്ടുന്ന പണത്തോടൊപ്പം നാട്ടിലെ നാലേക്ര കുന്നിൻപുറം വിറ്റുകിട്ടുന്ന പണവും ചേർത്ത് മൈസൂറിനടുത്ത് കൃഷിസ്ഥലം വാങ്ങണമെന്ന ആഗ്രഹം, എന്നിട്ടും നാൾക്കുനാൾ വർധിച്ചുവന്നതേയുള്ളൂ.

കുനിയമുത്തൂരിൽ കൈത്തറി ജോലി ചെയ്യുന്ന നഞ്ചപ്പനാണ് പഴനിയപ്പനെ ഇക്കാര്യം പറഞ്ഞു ബോധ്യപ്പെടുത്തി സമ്മതിപ്പിച്ചിരിക്കുന്നത്. പ്രായമായ അമ്മാവനും അമ്മായിക്കും ഇയാൾ വടക്കുചെന്ന് നിലം വാങ്ങുന്നതിൽ സന്തോഷം തന്നെയായിരുന്നു.

പഴനിയപ്പൻ താമസിക്കുന്ന രാമച്ചെട്ടിപ്പാളയം അനുദിനം വികസിച്ചുകൊണ്ടിരിക്കുകയാണ്. അതിനോടടുത്തു കിടക്കുന്ന സ്ഥലം വിൽക്കുന്നതോ, ജോലി വേണ്ടെന്നു വെയ്ക്കുന്നതോ അത്ര ബുദ്ധിയല്ല. അങ്ങു ദൂരെച്ചെന്ന് ഭൂമി അന്വേഷിച്ചു വാങ്ങി കൃഷി ചെയ്യുക എന്നത് ബുദ്ധിമുട്ടു തന്നെയാണ്. അതൊന്നും ഇയാൾക്ക് അറിയാഞ്ഞിട്ടല്ല. മനസിന് വല്ലാത്ത വിങ്ങലുമുണ്ട്. എങ്കിലും....

സ്വന്തം ചെറിയേച്ചിയുടെ മകൾ പൊന്നമ്മയെ കല്യാണം കഴിച്ച് കുടുംബവും കുട്ടികളുമായി ഇവിടെ ജീവിതം വേരുപിടിച്ചുവരുന്നു. മൂന്നും, ഒന്നും വയസുള്ള രണ്ടു പെൺമക്കൾ. സൗകര്യങ്ങളൊക്കെയുള്ള ഒരു

വീട്. പിന്നെ വളർത്തു മൃഗങ്ങളും. അങ്ങനെ ജീവിതം അതിന്റേതായ രീതിയിൽ സുഖമായി മുമ്പോട്ടു പൊയ്ക്കൊണ്ടിരിക്കുന്നു. പത്തു മൈല കലെ, പോത്തന്നൂരിലെ കമ്പനിയിൽ പോയി ജോലി നോക്കുന്നതിൽ യാതൊരു പ്രയാസവും ഇതുവരെ തോന്നിയിട്ടില്ലതാനും.

ഈ കാലയളവിനുള്ളിൽ പഴനിയപ്പനും നല്ല ജോലിപരിചയം സിദ്ധി ച്ചിട്ടുണ്ട്. ആസ്ബസ്റ്റോസ് കമ്പനിയും നാൾക്കുനാൾ അഭിവൃദ്ധിപ്പെട്ടു കൊണ്ടിരിക്കുന്നു.

"ഇംഗ്ലീഷുകാരന്റെ കാലം തൊട്ടന്നെ, എ സി സിയാ ഇവിടത്തെ ഏറ്റവും വെല്യ സിമന്റു കമ്പനി. പിന്നെ, അമേരിക്കക്കാരൻ സായിപ്പ് മദുക്കരേല് ഈ കമ്പിനിയുണ്ടാക്കിയത്, ദാ, ചങ്ങലപോലെ നീണ്ടുകെട ക്കണ ഈ മല കണ്ടിട്ടാ, അറിയാവോ?" എന്നു സഹപ്രവർത്തകർ പലരും പറയുന്നത് അയാൾ കേട്ടിരിക്കുന്നു.

പഴനിയപ്പന്റെ മനസ് പിന്നാക്കം പാഞ്ഞു.

"അതേന്നും! മദുക്കരമലേന്നു തൊടങ്ങി പടിഞ്ഞാറ് അയ്യാമല വരെ യൊള്ള മലേടെ അവകാശത്തിന് അവര് ലൈസൻസ് വാങ്ങിച്ചിട്ടൊ ണ്ടെന്നാ കേട്ടത്."

"ഇവിടിപ്പം വേറെ സിമന്റു കമ്പിനിയൊന്നും വന്നിട്ടില്ലല്ലോ!"

"ആ... ന്ന്!"

"പക്ഷേങ്കില് ഈ ആസ്ബസ്റ്റോസു കമ്പിനി അതിനോടു മത്സരി ക്കുകേം മറ്റുമില്ല."

"അതെങ്ങനറിയാം?"

"അതു സിമന്റ് കമ്പിനിയല്ലേ?"

"ഇവിടെപ്പിന്നെന്താ ഒണ്ടാക്കുന്നെ?"

"സിമന്റു കൂട്ടുകൊണ്ടൊള്ള ഒരുതരം ഓടാ?"

"അതെന്തോന്നാണ്?"

"പാറപൊട്ടിച്ച് അത് ചകിരിപോലെ തിരിതിരിയാക്കും. അതാ ഈ ആസ്ബസ്റ്റോസു കമ്പിനി ചെയ്യുന്നത്."

ജോലിക്കു ചേർന്ന കാലത്ത് കൂടെയുള്ളവർ ഇങ്ങനെയൊക്കെ സംസാരിക്കുന്നത് താൽപര്യത്തോടെ അയാൾ ശ്രദ്ധിക്കാറുണ്ടായിരുന്നു. ക്രമേണ, ഇവിടത്തെ ഉൽപ്പന്നമെന്താണെന്നു മറ്റും മനസിലായി.

ആദ്യം തന്നെ ട്രാക്ടറുകളിൽ വലിയ പാറക്കഷണങ്ങൾ എത്തി ക്കുന്നു. അവ യന്ത്രത്തിന്റെ സഹായത്തോടെ പൊടിച്ച്, രാസവസ്തു ക്കൾ ചേർത്തു കുഴച്ച്, വലിയ ബോർഡുകളുടെ ആകൃതിയിലാക്കി വെയി ലത്ത് വെച്ചുണക്കുന്നു. കമ്പിനിയുടെ ഒരു ഭാഗത്ത് ഈ ജോലിയാണ്. നിശ്ചിതദൃഢത കൈവരിച്ചുകഴിഞ്ഞാൽ അവയെല്ലാം എടുത്ത്, വെള്ളം നിറച്ച വലിയ തൊട്ടികളിലിട്ട് തണുപ്പിക്കുന്നു. ഇതു മറ്റൊരു ഭാഗത്ത്. ഇതിനായി വലുപ്പമുള്ള അനേകം തൊട്ടികൾ കമ്പനിവളപ്പിൽ നിർമിച്ചി ട്ടുണ്ട്.

പാകമായിക്കഴിഞ്ഞാൽ, ഷീറ്റുകൾ ആവശ്യമുള്ള അളവുകളിൽ മുറിച്ച് ഡിസൈനുകൾ പതിച്ച് വരിയായി അടുക്കിവെയ്ക്കുന്നു. അലകൾ പോലെ വളവുകളുള്ള ബോർഡുകൾ എന്നും ഇവിടെ നിർമിച്ചുകൊണ്ടേയിരിക്കുന്നു. പിന്നീട് ഇവ ലോറികളിൽ കയറ്റി ആവശ്യക്കാർക്ക് എത്തിക്കുന്നു. ഉറപ്പു കൂടുതലുള്ള ഈ മേച്ചിലോടുകളുമായി ജനങ്ങൾ അതിവേഗം ഇണങ്ങി.

ന്യായമായ ശമ്പളം, ബോണസ്, സഹകരണസ്റ്റോറുകൾ വഴി അവശ്യസാധനങ്ങൾ എന്നിങ്ങനെ കമ്പനിയും തൊഴിലാളികൾക്ക് ആനുകൂല്യങ്ങൾ നൽകിയിരുന്നു.

അന്ന്, ഈ കമ്പനിയിലാണു ജോലി എന്ന് അറിഞ്ഞവരൊക്കെ സന്തോഷം പ്രകടിപ്പിച്ചിരുന്നത് അയാളോർത്തു.

'ഇത്രയും നല്ലജോലി വേണ്ടെന്നു വെയ്ക്കുന്നത് ശരിയാണോ' എന്ന ചിന്ത അയാളെ അലട്ടിക്കൊണ്ടിരുന്നു.

"ഇവിടെ ഒരു ജോലിയിൽ കയറിക്കിട്ടാൻ എന്താ പാട്! അന്നു നമക്കു കിട്ടിയതു ഭാഗ്യം!""

"പിന്നല്ലേ?"

"അപ്പൊ, കിട്ടിയ ജോലി കളയാതെ മുറുകെപ്പിടിച്ചോണം, ന്ന്!"

"അതേന്ന്! ആസ്ബസ്റ്റോസുപോലെ ഉറപ്പായിട്ട്!"

സഹപ്രവർത്തകരുടെ ഇത്തരത്തിലുള്ള അഭിപ്രായപ്രകടനം അയാൾക്കും സ്വീകാര്യമായിത്തോന്നി. ഇതിനിടയിലാണ് വല്യേച്ചിയുടെ മകൻ നഞ്ചപ്പൻ കാര്യങ്ങളുടെ ഗതി തിരിച്ചു വിട്ടത്. അയാളുടെ വാക്കുകളിൽ പഴനിയപ്പൻ ശരിക്കും കുടുങ്ങി. അങ്ങനെ നഞ്ചപ്പന്റെ പ്രേരണ കൊണ്ട് ഇയാൾ ജോലി രാജിവെക്കുന്നിടം വരെയെത്തി.

വാസ്തവത്തിൽ പൊന്നമ്മയ്ക്കോ അവളുടെ അമ്മ മുത്തമ്മയ്ക്കോ ഇതിൽ പൂർണസമ്മതമില്ലായിരുന്നു. ഇത്രകാലം കഴിഞ്ഞിട്ട് വല്ലയിടത്തും ചെന്ന് കഷ്ടപ്പെടണമല്ലോ എന്ന് വിഷമമായിരുന്നു, അവർക്ക്. എന്നാൽ അവളുടെ അച്ഛൻ രാമണ്ണ ഗൗണ്ടർക്കാകട്ടെ, മരുമകൻ അങ്ങു വടക്കു ചെന്ന് ഭൂമി വാങ്ങി കൃഷിനടത്തണമെന്ന് വലിയ ആഗ്രഹമായിരുന്നു. അതിനായി നേരം കിട്ടുമ്പോഴൊക്കെ നഞ്ചപ്പനെ ചെന്ന് കണ്ട്, കഴിയുന്നതും വേഗം മൈസൂരിലേക്കു പോകാനുള്ള പരിപാടികളെക്കുറിച്ച് സംസാരിക്കുക പതിവായി.

സ്ഥാനം കൊണ്ട്, ഗൗണ്ടർ നഞ്ചപ്പന്റെ ചെറിയച്ഛനായിട്ടുവരും. പ്രായം ഭാവിച്ച് അങ്ങോരെ വശത്താക്കാൻ നഞ്ചപ്പന് ഒരുപ്രയാസവും ഉണ്ടായില്ല. ഇപ്പോൾ ചെയ്തുകൊണ്ടിരിക്കുന്ന കൈത്തറിത്തൊഴിലുപേക്ഷിച്ചിട്ട്, താമസിക്കുന്ന വീട് കിട്ടുന്ന വിലയ്ക്കു വിറ്റ് ആ പണവും, പഴനിയപ്പനു കിട്ടുന്ന പണവും കൂടി ചേർത്താൽ ഒരേ സ്ഥലത്ത് സൗകര്യപ്രദമായ ഒരു ഭൂമി വാങ്ങാം എന്നും മറ്റും തന്റെ പദ്ധതികളെക്കുറിച്ച് വിശദീകരിച്ച് അയാൾ ഗൗണ്ടറെ തനിക്കനുകൂലമാക്കി.

അയാളാണെങ്കിൽ പല തൊഴിലും ചെയ്തു നോക്കിയിട്ട് ഒന്നിലും തൃപ്തനാകാതെ, ഇനി വേറെ എന്താണു ചെയ്യാൻ പറ്റുക എന്നു നോക്കി

നടക്കുന്ന കാലം. ഒരാളുടെ കീഴിൽ മാസശമ്പളത്തിനു പണിയെടുക്കുന്നതിനോട് അയാൾക്കു തീരെ യോജിപ്പില്ലായിരുന്നു. പലരെയും ജോലിക്കു നിയമിച്ച് അവരുടെയെല്ലാം മുതലാളിയായി സുഖസൗകര്യങ്ങളോടെ ജീവിക്കണമെന്ന ആഗ്രഹം വളരെ ചെറുപ്പം മുതൽക്കുതന്നെ അയാളുടെ ഉള്ളിലുണ്ടായിരുന്നു. അത് അനുദിനം വർധിച്ചുവന്നതേയുള്ളൂ. എന്തുവന്നാലും തളരാത്ത മനസാണയാൾക്ക്, പോരെങ്കിൽ സന്ദർഭത്തിനനുസരിച്ചു പെരുമാറാനുള്ള കഴിവ് സ്വതസ്സിദ്ധമായിത്തന്നെയുണ്ട്. ചുറ്റുപാടുകൾക്കനുസൃതമായി പ്രസന്നതയോ, അധികാരഭാവമോ താനേ പ്രകടമാവും. നല്ല കരളുറപ്പുള്ളവർ പോലും ഒന്നിളകിപ്പോകും. ഒരു കൂസലുമില്ലാത്തയാളുകളെപ്പോലും ശാസനയും ദേഷ്യവും അധികാരവുമെല്ലാം ധ്വനിക്കുന്ന വാക്കുകളിലൂടെ അനുനയിപ്പിച്ചുകൊണ്ടു വരുന്നതിനുള്ള സാമർഥ്യം അയാൾക്കുണ്ട്. ഇതുവരെ പയറ്റിനോക്കിയ ഒരു തൊഴിലിൽ നിന്നും അയാൾക്ക് ലാഭമോ നഷ്ടമോ ഉണ്ടായില്ല. അതുകൊണ്ടുതന്നെ ഒന്നും സമ്പാദിക്കാനും കഴിഞ്ഞില്ല. സദാ സമയവും അയാൾ മനക്കോട്ടകൾ കെട്ടിപ്പൊക്കിക്കൊണ്ടിരുന്നു.

വെള്ളലൂരിലുള്ള കോനാരും കുറിച്ചിയിലെ ഒരു പട്ടാളക്കാരനും നഞ്ചപ്പനു സുഹൃത്തുക്കളായുണ്ടായിരുന്നു. അവരിൽ പലിശയ്ക്കു പണം കടം കൊടുക്കുന്ന കോനാർ സാമ്പത്തികമായി നല്ല നിലയിലായിരുന്നു. എവിടെയെങ്കിലും തന്റെ പേരിൽ കുറെ ഭൂമി വാങ്ങണമെന്ന് അയാൾക്കും മോഹമുണ്ടായിരുന്നു. ഇടയ്ക്കിടെ അതിനെക്കുറിച്ച് നഞ്ചപ്പനോടു പറയും. എവിടെയെങ്കിലും നാലഞ്ചുപേർ ചേർന്ന് സ്ഥലം വാങ്ങുകയാണെങ്കിൽ അതിൽ പങ്കു ചേരാമെന്നും അതിനുള്ള പണം താൻ കരുതിയിട്ടുണ്ടെന്നുമൊക്കെ കൂടെക്കൂടെ പറയും.

അങ്ങനെ പഴനിയപ്പനെയും മേൽപ്പറഞ്ഞ രണ്ടു സുഹൃത്തുക്കളെയും കൂട്ടി നഞ്ചപ്പൻ തങ്ങൾക്കു പറ്റിയ സ്ഥലമന്വേഷിച്ച് കർണാടകത്തിലേക്കു പോയി. ഒരാഴ്ചത്തെ അലച്ചിലിനുശേഷം ചാമരാജ് നഗറിന്റെ പ്രാന്തപ്രദേശത്ത് അനുയോജ്യമായ ഒരു സ്ഥലം കണ്ടുപിടിച്ചു. അവിടെ കോയമ്പത്തൂരിൽ നിന്നുള്ള കുടിയേറ്റക്കാർ ചിലരെ പരിചയപ്പെട്ടു. അവർ അവിടെ നിലംവാങ്ങി കൃഷിചെയ്ത് സൗകര്യമായി ജീവിക്കുന്നത് നേരിട്ടു കണ്ടു.

ചാമരാജ് നഗറിനോട് തൊട്ടു കിടക്കുന്ന പ്രാന്തപ്രദേശങ്ങളിൽ നിലത്തിന് വിലകൂടുതലായിരുന്നു. അത്രയൊന്നും ചെലവാക്കാൻ തുനിയാതെ അവർ വീണ്ടും പത്തുപതിനഞ്ചു മൈലുകൾക്കപ്പുറത്ത് നിരപ്പില്ലാത്തതും കാടുപിടിച്ചു കിടക്കുന്നതുമായ ഒരു പ്രദേശത്തു ചെന്നെത്തി. പാറകളും കുറ്റിച്ചെടികളും കൊണ്ടു നിറഞ്ഞ, കാടുകേറിക്കിടക്കുന്ന, ആടുമാടുകൾപോലും മേയാൻ മടിക്കുന്ന തുറസ്സായ അമ്പതേക്കർ സ്ഥലം. തങ്ങളുടെ കീശയ്ക്കൊതുങ്ങും.

കയ്യിലുള്ള പണം മുഴുവൻ ഭൂമിയുടെ വിലയായി ചെലവാകാതിരിക്കാൻ നഞ്ചപ്പൻ നല്ലവണ്ണം ശ്രദ്ധിച്ചു. നിലവുമായി ബന്ധപ്പെട്ടവരോട്

തിരക്കിയപ്പോൾ ഇനിയും പട്ടയം പതിച്ചുകൊടുത്തിട്ടില്ലാത്ത പുറമ്പോക്കു ഭൂമിയാണതെന്നു മനസിലായി. എങ്കിലും വിലക്കുറവിനു കിട്ടുമെന്നതിനാൽ നഞ്ചപ്പൻ കൃഷിചെയ്യാൻ ആ സ്ഥലം തന്നെ തെരഞ്ഞെടുത്തു.

പഴനിയപ്പനും നഞ്ചപ്പനും കൂടി ഇരുപതേക്കർ കോനാർക്കും പട്ടാളക്കാരനും പത്തേക്കർ വീതം. ഇങ്ങനെയാണ് നിശ്ചയിച്ചത്.

കോനാർ ഒരുതവണയേ അവിടെ വന്നു നോക്കിയുള്ളൂ. തന്റെ പേരിൽ സ്വന്തമായി സ്ഥലം വേണമെന്നേ അയാൾക്കുണ്ടായിരുന്നുള്ളൂ. രണ്ടുപേരും നഞ്ചപ്പന്റെ പക്കൽ പണമേൽപ്പിച്ചു.

ഇനി അവിടെച്ചെന്നു താമസിച്ച് കാടുവെട്ടിത്തെളിക്കുന്ന ജോലിയാണ്. അത് അവരുടെ മുന്നിൽ മലപോലെ നിൽക്കുകയാണ്. പഴനിയപ്പന്റെ കഠിനാധ്വാനം ചെയ്യാനുള്ള സന്നദ്ധതയും തന്റേതായ മേൽനോട്ട വൈദഗ്ധ്യവും കൈമുതലായി കണ്ടിട്ടുതന്നെ നഞ്ചപ്പൻ പദ്ധതി ആസൂത്രണം ചെയ്തു.

“ഞാനും നാലഞ്ചു വർഷം വിജയലക്ഷ്മി മില്ലില് പണിയെടുത്തിട്ടൊള്ളതാ. സൈറന്നൂതിയാല്, തൂക്കുപാത്രവും കൊണ്ട് അകത്തു കയറണം. എന്നിട്ട് ജയിലിനകത്തു കിടക്കുന്ന പോലെ എട്ടുമണിക്കൂറ് പണിയണം. പിന്നെ വീണ്ടും ഒരു സൈറന്നൂതിയാല് പുറത്തുവിടും. ഇതിങ്ങനെ ഒരുമാതിരി ചക്കുകാളയെപ്പോലെ, ഒരേ പണി. ഞാനപ്പഴേ ആലോചിച്ചു. ഇതിന്റെയുള്ളില് കെടന്നു കറങ്ങിയാല് പുറം ലോകം കാണാൻ പറ്റൂല. ഒന്നും അറിയുകേം ഇല്ല. ഒരാളോടു കൈനീട്ടി ശമ്പളം മേടിക്കുന്നതിനേക്കാളും ശമ്പളം കൊടുക്കുന്നയാളാവണമെന്നു തോന്നി. ഒടനെ ജോലി കളഞ്ഞിട്ട് ഞാനിങ്ങു പോന്നു.”

“സ്വന്തമായിട്ട് ഒരു തൊഴിലു ചെയ്യണമെന്ന ആഗ്രഹം കൊണ്ടാ, നീ അന്നങ്ങനെ ചെയ്തത്.”

“ആയിരിക്കും അന്നു പക്ഷേ സ്വന്തമായിട്ടു ചെയ്യാൻ ഒത്തുവന്നത് കൈത്തറിത്തൊഴിലാ.”

“ഇതു തന്നെ പവർലൂമാക്കിയിരുന്നെങ്കിൽ നല്ലോണം സമ്പാദിക്കാമായിരുന്നു.”

“ശരിയാ രണ്ടു മൂന്നുപേരെ കൂടി കൂട്ടി വലുതായിട്ട് ചെയ്യാരുന്നു. പക്ഷേ എന്തൊക്കെപ്പറഞ്ഞാലും നല്ലത് കൃഷി തന്നെയാ. അതുകഴിഞ്ഞേ വേറെ വല്ലതുമൊള്ളൂ.”

“അപ്പൊ ധൈര്യമായിട്ട് കൃഷി ചെയ്യാമെന്നാ പറയുന്നെ?”

“അതെ. ഈ കമ്പനിപ്പണി പോയാപോട്ടെന്ന്. നീ വെഷമിക്കാതെ. മുപ്പതുവർഷംകൊണ്ട് കിട്ടുന്നത് ഇതീന്നു നെനക്ക് മൂന്നുവർഷംകൊണ്ട് കിട്ടും.”

ഇന്നത് ഇന്നവിധം ചെയ്യണമെന്നു നഞ്ചപ്പൻ വ്യക്തമായി പറഞ്ഞു മനസിലാക്കി. അതുകേട്ടപ്പോൾ പഴനിയപ്പന് ധൈര്യവും ആത്മവിശ്വാസവും അനുദിനം വർധിച്ചു വന്നു. ഇനി പിന്നോട്ടില്ല. എന്ന് അയാളു

മുറപ്പിച്ചു. നാളുകൾ കഴിയുന്തോറും നഞ്ചപ്പന്റെ തീരുമാനം തന്നെ രണ്ടു പേരും ചേർന്ന് പ്രാവർത്തികമാക്കാൻ തുടങ്ങി.

പഴയനിയപ്പന് ജോലി രാജി വെച്ചാൽ കിട്ടുന്ന പണത്തോടൊപ്പം ഇവിടെയുള്ള കന്നുകാലികളെയും തട്ടുമുട്ടുസാമാനങ്ങളുമെല്ലാം പുതിയ സ്ഥലത്തേക്ക് കടത്തണം. എന്നിട്ട് അവിടെ കൂടാരമുണ്ടാക്കിത്താമസിച്ചുകൊണ്ട് ജോലികൾ ദ്രുതഗതിയിൽ തുടങ്ങണം. ഇതാണ് നഞ്ചപ്പനെടുത്ത തീരുമാനം.

പഴനിയപ്പൻ, അയാൾ പറഞ്ഞതൊക്കെ സമ്മതിച്ചു. അയാളുടെ പ്ലാൻ നടപ്പിൽ വരുത്തുന്നതിനുള്ള മുഖ്യശക്തിയായി ഒപ്പം നിന്നു.

ചേച്ചി കഴിഞ്ഞാൽപ്പിന്നെ അയാൾ നന്നായി അറിയുന്നത് നഞ്ചപ്പനെയാണ്. അയാൾ പൂർണവിശ്വാസമർപ്പിച്ചിരുന്നതും നഞ്ചപ്പനിൽത്തന്നെ. കാപട്യം തൊട്ടുതീണ്ടിയിട്ടില്ലാത്ത, കഷ്ടപ്പെടുന്നവരോട് മനസലിവുള്ള, എല്ലാം ഈശ്വരനിശ്ചയം പോലയേ നടക്കൂ എന്നുവിശ്വസിക്കുന്ന ഒരു ക്ഷമാശീലൻ– ഇതായിരുന്നു പഴനിയപ്പൻ.

അയാളെപ്പറ്റി ചേച്ചിയുടെ അഭിപ്രായവും അതുതന്നെയായിരുന്നു. "എല്ലാവരോടും വല്ലാത്ത കരുണയാ അവന്. ആരേയും ചീത്തപറയുകയോ പേടിപ്പിക്കയോ ഒന്നും ചെയ്യൂല. അവനെ ആരെങ്കിലും വഴക്കു പറഞ്ഞാത്തന്നെ, കാര്യമാക്കാതെ ഒതുങ്ങിക്കളയും.' ഇതെല്ലാം ശരിവെയ്ക്കുന്ന മട്ടിൽത്തന്നെയായിരുന്നു പഴനിയുടെ സ്വഭാവം. അതുകൊണ്ടു തന്നെയാണ് തന്റെ മകൾക്ക് ഇവനേക്കാൾ നല്ലൊരു ഭർത്താവിനെ കിട്ടുകയില്ലെന്ന അനുമാനത്തിൽ അവർ തന്റെ മകളെ പൂർണമനസോടെ പഴനിയപ്പനു വിവാഹം ചെയ്തുകൊടുത്തത്.

പ്രായം മുപ്പത്തഞ്ചേ ആയിട്ടുള്ളൂ. നല്ല ചുറുചുറുക്ക്. എല്ലാവരോടും ഇണക്കമുള്ള സ്വഭാവം. ഇനിയും വേണമെങ്കിൽ ഇരുപതുവർഷം കൂടി കമ്പനിയിൽ പണിയെടുക്കാം. ശമ്പളക്കൂടുതലും, മറ്റ് അനുബന്ധ ആനുകൂല്യങ്ങളും കിട്ടും. നാട്ടിലായതുകൊണ്ട് നല്ലൊരു തുക മിച്ചം വെയ്ക്കുകയുമാവാം. എന്നിട്ടും ഈ സൗകര്യങ്ങളെല്ലാം ഉപേക്ഷിക്കാൻ അയാൾ തുനിഞ്ഞിറങ്ങുകയാണ്. സേവനകാലം പൂർത്തിയാക്കാതെ വിരമിക്കുന്നതുകൊണ്ട് കമ്പനിയിൽ നിന്നുള്ള പണം കുറവായിട്ടേ കിട്ടിയുള്ളൂ.

സഹപ്രവർത്തകർ 'നല്ലോണം ആലോചിച്ചിട്ടുമതി' എന്ന് തുടരെ പറഞ്ഞുനോക്കി. പക്ഷേ, അയാൾ തന്റെ തീരുമാനത്തിൽ ഉറച്ചുനിന്നു.

അങ്ങു വടക്കു ചെന്ന് ആദ്യം കുറേനാൾ കഷ്ടപ്പെടേണ്ടി വന്നാലും, പിന്നീട് നല്ല വരുമാനം സ്ഥിരമായി കിട്ടിക്കൊണ്ടിരിക്കുമെന്നും, കമ്പനിയിൽ ജോലിനോക്കിക്കൊണ്ട് കുറേശ്ശെക്കുറേശ്ശെയായി സമ്പാദിക്കുന്നതിന്റെ പലമടങ്ങ് കൃഷിയിൽ നിന്നു കിട്ടുമെന്നുമുള്ള ദൃഢമായ വിശ്വാസം അയാളുടെ മനസിൽ ആഴത്തിൽ വേരൂന്നിക്കഴിഞ്ഞിരുന്നു.

നാട്ടിലുള്ള ഭൂമിയിൽ മഴപെയ്താലേ കൃഷിയിറക്കാനൊക്കൂ. അത് വിറ്റുകളയുന്നതിൽ ചേച്ചിയോ അവരുടെ ഭർത്താവോ ആക്ഷേപമൊന്നും പറഞ്ഞില്ല. രാമണ്ണാഗൗണ്ടരുടെ ആകെയുള്ള സ്വത്താണ് ആ ഭൂമി.

എങ്കിലും മരുമകന്റെ ഭാവിക്കുവേണ്ടി അതു വിൽക്കാൻ അയാൾ സന്നദ്ധനായി. എന്നാണെങ്കിലും, അത് മകൾക്കും മരുമകനും കൊടുക്കാനുള്ളതാണല്ലോ, എന്ന് അയാൾ സമാധാനിച്ചു.

പൊന്നമ്മ, ഗൗണ്ടരുടെ ഏകസന്താനമാണ്. വേറെ മക്കളുണ്ടായിരുന്നെങ്കിലും വസൂരിദീനം പടർന്നുപിടിച്ച കാലത്ത് അവരെല്ലാം മരിച്ചുപോയി. അതിൽപ്പിന്നെ പഴനിയപ്പനാണ് അവരുടെ കാര്യങ്ങളെല്ലാം നോക്കുന്നത്.

ചാമരാജ്നഗർ പ്രദേശത്ത് തങ്ങൾ വാങ്ങാൻ പോകുന്ന ഭൂമിയെക്കുറിച്ചും അതിൽ ചെയ്യേണ്ടതായിട്ടുള്ള ദേഹണ്ഡക്രിയകളെക്കുറിച്ചുമെല്ലാം പഴനിയപ്പൻ ഗൗണ്ടരോടു വിശദമായി പറഞ്ഞു. കുറഞ്ഞത് രണ്ടു വർഷമെങ്കിലും കഴിഞ്ഞാലേ കൃഷിയിറക്കാൻ സാധിക്കൂ. അതുവരെ നിലം മെരുക്കുന്ന ജോലി തന്നെ.

കഴിയുന്നതും വേഗം പുതിയ സ്ഥലത്തേക്കു കുടിയേറണം. നഞ്ചപ്പനും ഭാര്യ അരുക്കാണിയും, പഴനിയപ്പനും ഭാര്യ പൊന്നമ്മയും ആദ്യം പോകണം. ഇപ്പോൾ താമസിക്കുന്ന വീട് വിൽക്കേണ്ടതില്ല. ഗൗണ്ടരും ഭാര്യയും പേരക്കുട്ടികളോടൊപ്പം അവിടെത്തന്നെ താമസിക്കുന്നതാണുചിതം എന്നു തീരുമാനിക്കപ്പെട്ടു.

നഞ്ചപ്പൻ കുനിയമുത്തൂരിലെ തന്റെ വീട് നല്ല വിലയ്ക്കു വിറ്റു. അയാൾക്കും പുതിയ സ്ഥലത്തു ചെന്ന് കുടിയേറാനുള്ള മോഹം നാൾക്കുനാൾ വർധിച്ചുവന്നു. അവിടെ വാങ്ങിയിട്ടുള്ള സ്ഥലത്തിൽ കൃഷിക്കു പറ്റിയ സ്ഥലം എത്രയുണ്ടെന്നു ബോധ്യപ്പെട്ടതിനുശേഷം അത് തനിക്കും പഴനിയപ്പനും തുല്യമായി പങ്കുവെച്ചെടുത്ത് കൃഷി ചെയ്യാമെന്ന് അയാൾ കണക്കുകൂട്ടി.

കോനാരും സുഹൃത്തും കൂടി ഒരു വർഷം കഴിഞ്ഞ്, ആൾക്കാരുമായി വന്ന് താന്താങ്ങളുടെ ഓഹരിയിലുള്ള നിലം ഒരുക്കിക്കോളാമെന്ന് അറിയിച്ചു. പഴയനിയപ്പനെയും കൂട്ടിയുള്ള നഞ്ചപ്പന്റെ യാത്രയ്ക്ക് ഒരു മാറ്റവുമുണ്ടായില്ല. പുറപ്പെടേണ്ട ദിവസം തീരുമാനിക്കയേ വേണ്ടൂ.

അതേസമയം, കമ്പനിയിൽ രാജിക്കത്ത് മുൻകൂട്ടി സമർപ്പിച്ചാലേ സമയത്തിനു പണം കിട്ടാനുള്ള ഏർപ്പാടുകൾ നടക്കൂ എന്നറിയാൻ കഴിഞ്ഞു.

അയാൾ രാജി സമർപ്പിക്കുന്ന വേളയിലും, അഭ്യുദയകാംക്ഷികളായ ചിലർ ഒന്നുകൂടി ആലോചിക്കണമെന്ന അഭിപ്രായം പ്രകടിപ്പിച്ചു.

അവരുടെ ചിന്ത മറ്റൊന്നായിരുന്നു. പഴനിയപ്പൻ നിരക്ഷരനാണ്. ചില ബന്ധുക്കളുടെ പ്രേരണയ്ക്കു വഴങ്ങി ഇങ്ങനെയൊരു തീരുമാനമെടുത്തിട്ട്, ഉള്ള ജോലിയും കളഞ്ഞാൽ പിന്നീട് കഷ്ടപ്പെടേണ്ടിവന്നാലോ എന്ന ഭയാശങ്ക അയാളോട് ആത്മാർഥസ്നേഹം പുലർത്തുന്നവർക്കുണ്ടായിരുന്നു.

ഇത്രയും നാൾ നല്ല നിലയിൽത്തന്നെ കുടുംബം പുലർത്താൻ സഹായകമായിരുന്ന ജോലി വിട്ടിട്ട് പുതിയൊരു ജോലി തുടങ്ങാൻ

പോകുകയാണെന്നു മാത്രമേ പഴനിയപ്പനു തോന്നിയുള്ളൂ. രാജി വെക്കുക എന്നത് ഉറപ്പിച്ചുകഴിഞ്ഞ കാര്യമാണ് അതിന് എന്തായാലും മാറ്റമൊന്നുമില്ല.

നഞ്ചപ്പനോടും അരുക്കാണിയോടും സംസാരിച്ചതിനുശേഷം അയാൾ രാമചെട്ടിപാളയത്തേക്ക് തിരിച്ചു സൈക്കിൾ ചവുട്ടി.

തണുത്ത കാറ്റു വീശുന്നുണ്ട്. കരിമ്പുവയലുകളിൽനിന്ന് ഇലകളുടെ മർമരവും കരിമ്പാലയിലെ ശബ്ദവുമെല്ലാം മനസിൽ നിറഞ്ഞു. ഇരുട്ട് മെല്ലെ പരക്കാൻ തുടങ്ങി. അങ്ങുദൂരെ മരുതമലക്ഷേത്രത്തിന്റെ പടിക്കെട്ടുകളിൽ തെളിഞ്ഞ ദീപപ്രഭ, ഒരു ഹാരമെന്ന പോലെ കാണായി.

രണ്ട്

വീട്ടിൽ നിന്നും സുമാർ ഒന്നരമൈലകലെയാണ് രാമണ്ണഗൗണ്ട റുടെ വരണ്ട കൃഷിഭൂമി. നാലേക്കർ വരുന്ന ആ സ്ഥലം വാങ്ങാൻ പലരും അന്വേഷിച്ച് എത്തിക്കൊണ്ടിരുന്നു.

"അവർക്ക് ഇപ്പൊ പണത്തിന്റെ ആവശ്യമുണ്ട്. അൽപ്പസ്വൽപ്പം ഏറ്റ ക്കുറച്ചിലാണേലും രൊക്കം പണം കൊടുത്താല്, സ്ഥലം വിറ്റേച്ചു പോകും. കർണാടകത്തിൽ ചെന്ന് സ്ഥലം കച്ചവടമൊറപ്പിച്ചെന്നാ കേട്ട ത്. ഇനി ഈ സ്ഥലം കൊണ്ടെന്തു ചെയ്യാനാ? ഇവിടെ വന്ന് അവര് കൃഷി നടത്താൻ പോണോ?"

"എന്നുവച്ച് വെറുതെ ചോദിച്ചാൽ ആരെങ്കിലും കൊടുക്കുമോ? വെല ഒത്തു വന്നാലേ അവരും കൊടുക്കത്തൊള്ളൂ അത് അല്ലേലും അങ്ങനെയല്ലേ?"

"മറ്റുള്ളവരുടെ അടുത്തുനിന്നും മേടിക്കുന്നതിനേക്കാൾ വെലക്കൊ റവിന് ഇവരോട് മേടിക്കാമ്പറ്റുമെന്നാടോ ഞാമ്പറഞ്ഞത്. അതിനു പറ്റിയ സമയമാണന്നാ പറഞ്ഞത് ഹല്ലാതെ പിന്നെ?"

വാങ്ങാൻ വരുന്നവരുടെ ചിന്താഗതി ഇപ്രകാരമായിരുന്നു. പണ ത്തിന്റെ ആവശ്യമുള്ളതിനാൽ എങ്ങനെയെങ്കിലും ഉടനെ സ്ഥലം വിറ്റി ട്ടുപോകും എന്ന ഉദ്ദേശ്യത്തോടെ ഓരോരുത്തരും തോന്നിയതുപോലെ പറഞ്ഞു. ഇട്ടേറിയുടെ അരികിലുള്ള സൗകര്യമുള്ള ആ ഭൂമി ചുളുവി ലയ്ക്കു വിൽക്കാൻ നാട്ടുകാരിൽ പലർക്കും ആഗ്രഹമുണ്ടായിരുന്നു. അങ്ങനെ, പതിനയ്യായിരം ചോദിച്ചുപോലും ഒടുവിൽ പന്ത്രണ്ടായിരത്തിനു വിൽക്കേണ്ടിവന്നു.

ഗൗണ്ടർ പണം പഴനിയപ്പനെ ഏൽപ്പിച്ച് മറ്റു ജോലികളിൽ വ്യാപൃ തനായി. നഞ്ചപ്പനാകട്ടെ പണവും കാത്തിരിക്കുകയാണ്. ആ പണവും,

അയാളുടെ അധ്വാനവുമാണ് കൃഷിക്ക് അടിവളമായി അയാൾ കണ്ടത്. കൃഷിക്കുള്ള മൂലധനം, കമ്പനിപ്പണവും കൂടി കിട്ടിയ പണവും ആയിരിക്കണമെന്നുറച്ചു.

"ഏത് കാര്യമായാലും ഇറങ്ങിപ്പുറപ്പെട്ടാലേ നേടാനൊക്കൂ. അല്ലാതെ എറങ്ങാതെ തിരിഞ്ഞുനോക്കി തിരിഞ്ഞുനോക്കി നടക്കാമ്പാടില്ല. ഓരോ ചുവടും ഉറപ്പിച്ചു നീങ്ങിയാലേ വഴിയുണ്ടാകത്തൊള്ളൂ."

പഴനിയപ്പന് അയാളുടെ വാക്കുകൾ ധൈര്യം പകർന്നുകൊണ്ടിരുന്നു. അയാളുടെ കണിശസ്വഭാവം അറിയാവുന്നതുതന്നെ. ഒരു കാര്യം വിചാരിച്ചാൽ അതു നേടിയിട്ടേ അടങ്ങൂ. സാധാരണ ഗതിയിൽ ആരെങ്കിലും അയാളോട് അഭിപ്രായം പറയുന്നത് ഇഷ്ടപ്പെട്ടിരുന്നില്ല. സ്വന്തം തീരുമാനമനുസരിച്ച് താൻ പറയുന്നതുപോലെ കാര്യം നടത്തിയെടുക്കാൻ അയാൾക്കു നല്ല സാമാർഥ്യമുണ്ട്. കാണുന്നവർക്ക് ദേഷ്യക്കാരനാണെന്നു തോന്നും. ചുരുക്കം ചില ബന്ധുക്കൾക്കു മാത്രമേ അയാൾ ദയാലുവാണെന്ന് അറിയുമായിരുന്നുള്ളൂ. ചെറുപ്രായത്തിൽ, ആടുകളെ മേച്ചുനടക്കുമ്പോൾത്തന്നെ, അയാളുടെ സാമർഥ്യത്തെക്കുറിച്ച് ഒപ്പമുള്ളവർക്ക് ബോധ്യമുണ്ടായിരുന്നു.

"എന്തായിപ്പറേന്നത്? അവനെ എളുപ്പത്തിലൊന്നും പറ്റിക്കാനൊക്കത്തില്ല. അങ്ങനാരുന്നെങ്കി അവൻ എങ്ങളെപ്പോലെ എപ്പഴും ഗതികെട്ടു നടന്നേനെം. പതിനഞ്ചുവയസു കഴിഞ്ഞപ്പംതന്നെ, തന്നത്താൻ തറിയോടിക്കാൻ തൊടങ്ങിയവനാ ഒറ്റയ്ക്ക് ആ തൊഴിലിനെറങ്ങണമെങ്കി, എത്ര സാമർഥ്യമൊണ്ടെന്നു നോക്കിക്കോ." എന്ന് നഞ്ചപ്പന്റെ ബാല്യകാല സ്നേഹിതൻ വേലപ്പൻ പറയാറുണ്ട്.

കൈത്തറിയുടെ ജോലിയെടുക്കുമ്പോൾത്തന്നെ, കുനിയമുത്തുർ മില്ലിലും പണിക്കു പോകുമായിരുന്നു, അയാൾ. മാസശമ്പളം കൊണ്ട് നഞ്ചപ്പൻ ഒട്ടും തൃപ്തനല്ലായിരുന്നു. കുറെക്കൂടി മുതൽമുടക്കി തൊഴിൽ വിപുലീകരിക്കണം എന്നായിരുന്നു ആഗ്രഹം. അതിനുവേണ്ടിയാണ് മില്ലിലെ ജോലി ഉപേക്ഷിച്ചത്. പൊത്തന്നൂരിലെ കമ്പനിയിൽ പഴനിയപ്പനു ജോലി ശരിയാക്കിക്കൊടുത്തതും നഞ്ചപ്പൻ തന്നെയായിരുന്നു. മില്ലിൽ കിട്ടുന്നതിനേക്കാൾ ശമ്പളം അവിടെയുണ്ടായിരുന്നു.

പഴനിയപ്പന്റെ ഒരു നിരീക്ഷകനോ, വഴികാട്ടിയോ ആയി നഞ്ചപ്പൻ മാറി. അതിനാൽത്തന്നെ അയാളുടെ നിഗമനങ്ങളെ വിശ്വസിക്കേണ്ട ഒരവസ്ഥയുണ്ടായി. സ്വന്തം അമ്മായിയച്ഛനെക്കാളുപരി പഴയനിയപ്പൻ അയാളെ ബഹുമാനിച്ചു. വല്യേച്ചിയും അതിൽ അപാകതയൊന്നും കണ്ടില്ല. "എങ്ങനെയെങ്കിലും മാമനും മച്ചാനും കൂടെ ഒത്തു പോയാ മതി. അവൻ പറേന്നതു കേട്ടിട്ടാണെങ്കിലും മാനമായിട്ടു ജീവിച്ചോട്ടെ." എന്നേ തോന്നിയുള്ളൂ.

"അയാളുടെ മിടുക്കില്ലാരുന്നേൽ നെന്റെ ഒടപ്രന്നോൻ മര്യാദയ്ക്കു കഴിയുമാരുന്നോ? തോന്നിയ പടി നടന്നേനെം. എന്തോ, ഇങ്ങനെയെങ്കിലും കഴിയുന്നതുതന്നെ ഭാഗ്യം." എന്ന ഗൗണ്ടരുടെ അഭിപ്രായപ്രകടനം ഇയാളും കേൾക്കാനിട വന്നിട്ടുണ്ട്.

ഏതു വിധേനയും പഴനിയപ്പനെ ദൂരസ്ഥലത്തേക്കു പറഞ്ഞയയ്ക്കണമെന്ന് ഗൗണ്ടർക്കും മുത്തമ്മാളിനും തോന്നിത്തുടങ്ങിയിട്ട് രണ്ടുമൂന്നു വർഷങ്ങളായി. അതിനുള്ള പ്രധാന കാരണം അയാളുടെ മദ്യപാനശീലം തന്നെ. എന്നുവെച്ച് അയാൾ മുഴുക്കുടിയനൊന്നുമായിരുന്നില്ല. വല്ലപ്പോഴുമൊക്കെ മദ്യപിക്കും. ആരെയും ഉപദ്രവിക്കുകയോ, ആരുമായും വഴക്കുണ്ടാക്കുകയോ ചെയ്യുകയില്ല. ചില ദിവസം ജോലി കഴിഞ്ഞു വന്നാൽ, സൈക്കിൾ ഉമ്മറത്തുനിർത്തി, തുടച്ചു വൃത്തിയാക്കിയിട്ട് കുളിക്കാൻ പോകും. അതു കഴിഞ്ഞാൽ നടക്കാൻ പോകുന്ന വഴിക്ക് ചാരായം വിൽക്കുന്നിടം അന്വേഷിച്ചു ചെല്ലും. അത് ഇവർക്കാർക്കും ഇഷ്ടമായിരുന്നില്ല.

ശമ്പളത്തിൽ പാതിയും കുടിച്ചു കളയുകയാണെന്ന് പറഞ്ഞ് വീട്ടിൽ വഴക്കുണ്ടാവാറുണ്ട്. ഇതും പേരാഞ്ഞ് ഇയാളുടെ ദുശീലം മുതലെടുത്ത് നാട്ടിലെ ചില സ്നേഹിതർ ഇയാളെ കൂട്ടിക്കൊണ്ടു പോകാനായി വീട്ടിലേക്കു വരാനും തുടങ്ങി.

പടിഞ്ഞാറേ തെരുവിലെ കണ്ണപ്പൻ ഇങ്ങനെ ഇയാളുടെ ചെലവിൽ മദ്യസേവ നടത്തിയിരുന്നു. അയാൾ എന്നും വീട്ടിൽ ഹാജരാകാൻ തുടങ്ങി. എത്ര ശകാരിച്ചാലും അനങ്ങുകയില്ല. അപൂർവമായി പോലീസ് റെയ്ഡിലകപ്പെട്ട് പഴനിയപ്പന് ഓടി രക്ഷപ്പെടേണ്ടതായി വന്നിട്ടുമുണ്ട്. സുഹൃത്തുക്കൾക്കു മദ്യം വാങ്ങിക്കൊടുക്കുന്നതിനു പുറമേ, അവർക്കു പണം നൽകി സഹായിക്കാറുണ്ടെന്ന വാർത്ത പൊന്നമ്മ അറിയാനിടയായി. അവൾ വഴക്കിട്ട് അത് അമർച്ചചെയ്തു. എങ്കിലും അയാളുടെ മദ്യപാനശീലം നിയന്ത്രിക്കാൻ അവൾക്കായില്ല.

കുടിച്ചിട്ട്, വൈകി വീട്ടിലെത്തുന്നതു പതിവായപ്പോൾ ഗൗണ്ടർ അയാളെ പരോക്ഷമായി ശകാരിക്കാൻ തുടങ്ങി. അപ്പോഴൊക്കെ, “ഞാൻ, ദേ പൂവ്വാ, ഇനി ഈ പടി ചവിട്ടത്തില്ല” എന്നും പറഞ്ഞ് അയാൾ സൈക്കിളെടുത്ത് സ്ഥലം വിടും. എന്നിട്ട് നേരെ പൊന്നമ്മയുടെ ചെറിയച്ഛന്റെ വീട്ടിൽച്ചെന്ന് പരാതി പറയും.

“ഞാൻ വല്ലപ്പഴും മടുപ്പു തോന്നുമ്പം കൊറച്ചു കുടിക്കും. അത്രേ ഉള്ളൂ. ഇതിനിപ്പൊ ഇത്ര ചീത്ത പറയാനൊണ്ടോ? എന്റെ കാശു കൊണ്ടല്ലേ ഞാൻ കുടിക്കുന്നത്? ഇവരുടെ കാശ് കൊണ്ടല്ലല്ലോ.”

എന്നാൽ അവരും അയാളെ ഈ ദുശ്ശീലമുപേക്ഷിക്കാനായി ഉപദേശിച്ചതേയുള്ളൂ.

ഒരു വർഷം മുമ്പാണ് പഴനിയപ്പൻ പഴയ വീടു പൊളിച്ച് വലിയ വീടു വെച്ചത്. സ്വന്തമായി വീടുണ്ടാക്കാൻ അയാൾ നന്നേ അധ്വാനിച്ചു. പനമരം കൊണ്ടുള്ള കഴുക്കോലുകളും മോന്തായവുമെല്ലാം ദൂരെ നിന്നു കൊണ്ടുവന്ന് ബലത്തിൽ പണിതു. ഇനി കുറേക്കാലത്തേക്ക് അറ്റകുറ്റപ്പണികളൊന്നും ചെയ്യേണ്ടിവരരുത് എന്നായിരുന്നു മനസിൽ. പണി തീർന്നപ്പോൾ തെരുവിലെ ഏറ്റവും നല്ലതും ഐശ്വര്യമുള്ളതുമായ വീടാണതെന്ന് കണ്ടവരെല്ലാം പറഞ്ഞു. സദാ വീടിനുവേണ്ട ജോലികളിൽ

മുഴുകി, ക്രമേണ അയാൾ മദ്യത്തെ മറന്നുകൊള്ളുമെന്നു തന്നെ മറ്റുള്ളവർ കരുതി. വല്ലപ്പോഴും ക്ഷീണമകറ്റാൻ വേണ്ടി ലേശം കുടിച്ചാൽപ്പോലും മാമൻ സംഗതി ഊതിവീർപ്പിച്ച് പ്രശ്നമുണ്ടാക്കുകയാണെന്ന് അയാൾ വിശ്വസിച്ചു.

ചേച്ചിയോടുള്ള സ്നേഹം കൊണ്ടാണ് ഈ വീട്ടിൽനിന്ന് പെണ്ണുകെട്ടിയത്. ചിലപ്പോൾ അതോർത്ത് അയാൾ വ്യസനിക്കാറുണ്ട്. തനിക്ക് ആകെയുള്ള ബന്ധുക്കളും സ്നേഹിതരും ഇവർ മാത്രമാണ്. എന്നിട്ട്, ഇവർതന്നെ, എന്നെ കുറ്റപ്പെടുത്തുന്നല്ലോ, എന്നു സങ്കടം തോന്നാറുണ്ട്. സങ്കടം വന്നാൽ കുടിച്ചിട്ട് ഒന്നും കഴിക്കാതെ ചെന്നു കിടന്നുറങ്ങും.

ഇത്തരം ഓരോന്ന് കൂട്ടിയും കിഴിച്ചും നോക്കിയപ്പോൾ മരുമകൻ ഇനി ഇവിടെയിരുന്നാൽ കിട്ടുന്ന ശമ്പളമൊക്കെ വെറുതെ ചെലവാകും എന്ന അനുമാനമായിരുന്നു, ഗൗണ്ടർക്ക്. കൃഷി കാര്യങ്ങൾക്കായി ദൂരദേശത്തുപോയാൽ അയാൾ നന്നാവുമെന്ന ആശയത്തെ ദൃഢപ്പെടുത്തിയത് ഇതെല്ലാമാണ്. അതിനു ചേരുന്ന വണ്ണം എല്ലാ പരിപാടികളും നടപ്പിൽ വരുത്തുവാൻ പറ്റിയ ആൾ നഞ്ചപ്പനാണെന്നും അങ്ങോർക്കു ബോധ്യപ്പെട്ടു.

നഞ്ചപ്പനും ഭാര്യ അരുക്കാണിയും മാത്രമേ അവരുടെ കൂടുംബത്തിലുള്ളൂ. അവർക്കു കുട്ടികളില്ല. നല്ല ചുറുചുറുക്കും, ഏൽക്കുന്ന ഏതൊരു സംഗതിയും ഭംഗിയായി ചെയ്തു തീർക്കാനുള്ള സാമർഥ്യവും മേൽനോട്ടത്തിനുള്ള പ്രത്യേക കഴിവും അയാൾക്കു സ്വാഭാവികമായിത്തന്നെ സിദ്ധിച്ചിരുന്നു. മദ്യപാനശീലമുണ്ടായിരുന്നെങ്കിലും ഒരിക്കലും സ്വന്തം പണം അതിനുപയോഗിച്ചിരുന്നില്ല. ഏതെങ്കിലും കൂട്ടുകാരോടൊപ്പം കൂടി അതിനുള്ള വഴിയും അയാൾ കണ്ടെത്തിയിരുന്നു.

തടിച്ച ശരീരപ്രകൃതമാകയാൽ ഉയരക്കുറവു തോന്നിക്കുന്ന രൂപം. മദ്യം അകത്തുചെന്നാൽ കണ്ണുകൾ ചുവന്ന് മുഖത്തിനു ഗൗരവഭാവം കൈവരും. ഒരുപാടു വെറ്റില മുറുക്കും. ഓടിനടന്നു ജോലി ചെയ്യുന്ന സ്വഭാവക്കാരനായതുകൊണ്ട് അയാൾക്കു തറിപ്പണിയിൽ അധികകാലം പിടിച്ചുനിൽക്കാനായില്ല.

തറിക്ക് വില പറഞ്ഞുറപ്പിച്ചു. മുന്നിലുണ്ടായിരുന്ന തടസങ്ങളെല്ലാം നീങ്ങി. ഇനിയുള്ളത് കർണാടകത്തിൽച്ചെന്ന് വലിയൊരു കർഷകനാവുക എന്ന ലക്ഷ്യം മാത്രം!

നഞ്ചപ്പൻ പഴനിയപ്പനുമായി കൂടിയാലോചിച്ചു. നിലമൊരുക്കാനായി വണ്ടിയും കന്നുകാലികളും ആവശ്യം വരും.

"വീട്ടാവശ്യത്തിനും, പിള്ളേർക്കും കൊടുത്തു കഴിഞ്ഞ് ബാക്കിയൊള്ള പാല് പാൽക്കാരനു കൊടുക്കും അതാ പതിവ്. മൂന്ന് എരുമകളുണ്ട്. രണ്ടെണ്ണത്തിന്റെ കറവ വറ്റി. വേണെങ്കി മൂന്നിനേം കൂടെ ഒന്നിച്ചങ്ങു വിൽക്കാം. ങാ! പാലിനു ബുദ്ധിമുട്ടാകും... പാലുകാരനോട് കാശുകൊടുത്തു മേടിക്കേണ്ടിവരും." പഴനിയപ്പൻ അറിയിച്ചു.

"ഉം... നീ പറേന്നതും ശരിയാ. മൂന്നെണ്ണത്തിനേം കൂടെ വിറ്റാല് ആ കാശുകൊണ്ട് അവിടുന്നുതന്നെ രണ്ടു കാളേമ്മാരെ വാങ്ങിക്കാം.

"ഇത്തവണ കാരമടത്തേരിന് ചന്തയില് നല്ല കാളേമ്മാരൊണ്ടാരുന്നെന്ന് നമ്മടെ കണ്ണപ്പൻ പറഞ്ഞതാ."

"ആ ചന്തയൊക്കെ കഴിഞ്ഞില്ലായോ? ഇനീം കണ്ണപുരം ചന്തയ്ക്കും ഒരുപാടു കാളകളുവരും."

"നമ്മുടെ അടുത്തൊള്ള ചന്തേലൊക്കെ നോക്കിയാ മതി.

അടുത്ത ദിവസം തിങ്കളാഴ്ചയായിരുന്നു. അന്ന് രണ്ടുപേരും കൂടി തുടിയലൂർ ചന്തയ്ക്കു പോയി. രണ്ട് ഒന്നാന്തരം കാളകളെ കണ്ടു. എരുമകളെ വിറ്റുകിട്ടിയ കാശുതികയാതെ വന്നപ്പോൾ നഞ്ചപ്പൻ കൊടുത്തു. അവർകാളകളേയും കൊണ്ട് ഗ്രാമത്തിലേക്കു പോയി.

കന്നുകാലികളെ ഒരാഴ്ചയ്ക്കകം ചാമരാജ് നഗറിലേക്കു കൊണ്ടു പോകേണ്ടതുണ്ട്. പിന്നെയും അവിടെനിന്ന് പതിനഞ്ചുമൈൽ ചെന്നാലേ, ഇവർ വാങ്ങിയ കാട്ടുപ്രദേശത്ത് എത്തുകയുള്ളൂ. കോയമ്പത്തൂരിൽ നിന്നും നൂറ്റിപ്പത്തുമൈലകലെയുള്ള പുതിയ സ്ഥലത്തേക്ക് കാളകളെ കൊണ്ടു പോകുന്ന ജോലി അയാൾ പഴനിയപ്പനെ ഏൽപ്പിച്ചു. ലോറിയിൽ കയറ്റി കൊണ്ടുപോയാൽ ചെലവുകൂടും. അതിനാൽ കാലികളെ നടത്തിത്തന്നെ കൂട്ടിക്കൊണ്ടുപോകാൻ തീരുമാനിച്ചു.

നഞ്ചപ്പൻ കോയമ്പത്തൂരിൽ നിന്നും ചാമരാജ് നഗറിലേക്കും തിരിച്ചും ബൈക്കിലായിരുന്നു യാത്ര. പഴനിയപ്പന്റെ കൂടെ കാളകളെ നടത്തിക്കൊണ്ടു ചെല്ലാൻ അയാൾക്കുകഴിയുമായിരുന്നില്ല. അതിനുള്ള ക്ഷമയില്ല എന്നു പറയുന്നതാണ് കൂടുതൽ ശരി.

കമ്പനിയിൽ നിന്നും രാജിവെക്കുന്നതിനുമുമ്പേ തന്നെ അല്ലറചില്ലറ ജോലികളുമായി ബന്ധപ്പെട്ട് ഇടയ്ക്കിടെ അവധിയെടുക്കാൻ പഴനിയപ്പൻ നിർബന്ധിതനായി. ഇനി കുറേശ്ശക്കുറേശ്ശയായി ഇവിടെ നിന്നും എല്ലാ വസ്തുക്കളും പുതിയ സ്ഥലത്തേക്ക് എങ്ങനെ കടത്തുമെന്നാലോചിച്ച് പൊന്നമ്മ അന്തം വിട്ടിരുന്നുപോയി.

പലതരം ചിന്തകൾ അവളുടെ മനസിലും രൂപം കൊണ്ടെങ്കിലും അവയൊന്നും കൃത്യമായി വെളിപ്പെടുത്താൻ അവൾക്കായില്ല. അതുകൊണ്ടുത്തന്നെ പല ബുദ്ധിമുട്ടുകളും സഹിക്കേണ്ടിവന്നു. അൽപ്പം ഒഴിവുനേരമോ വിശ്രമമോ ഇനി സ്വപ്നം കാണേണ്ടതില്ലെന്ന് അയാളുടെ അലച്ചിലിൽ നിന്ന് അവൾ ഊഹിച്ചെടുത്തു. ചേച്ചിയെയും മാമനെയും പ്രയാസപ്പെടുത്താൻ അയാളാഗ്രഹിച്ചില്ല. ഭാര്യക്ക് ആരോഗ്യം കുറവായതിനാൽ അവളെയും തന്നോടൊപ്പം പണിചെയ്യിച്ച് കൂടുതൽ ബുദ്ധിമുട്ടിക്കരുതെന്ന് അയാൾ തീരുമാനിച്ചു.

"ഏതായാലും നനച്ചിറങ്ങി, ഇനി കുളിച്ചു കേറുക തന്നെ!" അയാൾ സ്വന്തം കായബലത്തിൽ പൂർണവിശ്വാസമർപ്പിച്ച്, ഭാവിയെ എതിരേൽക്കാനുറച്ചു.

മൂന്ന്

ഗ്രാമത്തിൽ ചില്ലറപ്പണികൾ ചെയ്തുജീവിക്കുന്നവരാണ് മുത്തപ്പനും കണ്ണപ്പനും. പഴനിയപ്പന്റെ കൂടെ കാളകളെ നടത്തിക്കൊണ്ടുപോകാൻ അവർക്കു താൽപ്പര്യം തോന്നി. അതിനായി തങ്ങളെ വിളിക്കുന്നതും കാത്തിരിക്കുകയായിരുന്നു അവർ. എങ്ങനെയായാലും പോകുന്ന വഴിയ്ക്ക് മൂന്നുനാലു സ്ഥലത്ത് തങ്ങേണ്ടിവരും. അപ്പോഴൊക്കെ അയാൾ 'ചരക്ക്' വാങ്ങിത്തരും. പിന്നെ ഇവർ ക്രയം നടത്തിയെന്നു പറയുന്ന സ്ഥലം നേരിട്ടു കാണുകയും ചെയ്യാം. ഇതായിരുന്നു അവരുടെ മനോഗതം.

ഈയാഴ്ച പറയത്തക്ക പണിയൊന്നുമില്ല. ചുമ്മാ ഊരുചുറ്റുന്നതിനേക്കാളും, നടന്നുപോയാൽ പുതിയ സ്ഥലങ്ങളൊക്കെ കാണാം എന്ന മോഹവുമുണ്ട്. അങ്ങനെ അവർ പഴനിയപ്പനോടൊപ്പം കാളകളേയും കൊണ്ട് പുറപ്പെട്ടു.

കാളകളെയും കൊണ്ടു നടക്കാൻ രാത്രിയാണ് ഏറ്റവും അനുയോജ്യം. രണ്ടുമൂന്നുദിവസത്തേക്കുള്ള പൊതിച്ചോറ് പൊന്നമ്മ തയാറാക്കിക്കൊടുത്തു. പിണ്ണാക്കും പരുത്തിക്കുരുവും മറ്റും ചാക്കിൽക്കെട്ടി കാളകളുടെ പുറത്തുവെച്ചു. പകൽ പലേടത്തും ഇടയ്ക്കിടെ വിശ്രമിച്ചുകൊണ്ട് അവർ യാത്ര തുടർന്നു. സത്യമംഗലം കഴിഞ്ഞ് ബണ്ണരിയെത്തിയാൽ അവിടെനിന്ന് മലയുടെ അപ്പുറത്തേക്കു പോകേണ്ടതുണ്ട്.

ബണ്ണാരി കഴിഞ്ഞപ്പോൾത്തന്നെ ഭൂപ്രകൃതിയിലെ മാറ്റം പ്രകടമായി. അടിവാരം മുഴുവൻ കാരമുൾച്ചെടികളും പുളിമരക്കൂട്ടങ്ങളുംകൊണ്ട് നിബിഡമായിരുന്നു. ഇടയ്ക്കിടെ കാട്ടുകുരുവികൾ ചിലയ്ക്കുന്നതുകേൾക്കാം. മരങ്ങളുടെ ഇലച്ചാർത്തുകൾക്കിടയിലൂടെ സൂര്യപ്രകാശം ചെങ്കല്ലുകളിന്മേൽ പതിച്ച് വെള്ളപ്പൊട്ടുകൾ കണക്കെ തിളങ്ങിനിന്നു.

മുന്നിൽ ടാർറോഡ് നീണ്ടു വളഞ്ഞ് മലമ്പാമ്പിനെപ്പോലെ കിടന്നു. വല്ലപ്പോഴും അതുവഴി വരുന്ന ലോറികളുടെ ശബ്ദം കേട്ട് മാൻകൂട്ടങ്ങൾ റോഡിനു കുറുകെ ഓടുന്ന കാഴ്ച അതിമനോഹരമായ ദൃശ്യഭംഗി പകർന്നു. പത്തു പതിനഞ്ചു പുള്ളിമാനുകൾ. ഒപ്പം മാൻകുട്ടികളും. സംഭ്രമം നിഴലിക്കുന്ന നോട്ടത്തോടെ അവ തുള്ളിത്തുള്ളിയോടുമ്പോൾ അവയുടെ വേഗതയും ശരീരകാന്തിയും ആ വനസമൃദ്ധിയുടെ അടയാളങ്ങളായി.

അതുവഴിയുള്ള ബസുയാത്രക്കാരും ആ സാധുമൃഗങ്ങളെ അമിതമായ ഉത്സാഹത്തോടെയും സന്തോഷത്തോടെയും ശ്രദ്ധിച്ചുനോക്കുന്നുണ്ടായിരുന്നു. മാനുകൾ പിന്നീട് വനത്തിനുള്ളിലേക്ക് ഓടി മറഞ്ഞു.

അടിവാരത്തിൽ നിന്ന് മുകളിലേക്കു നടക്കവേ വനത്തിന്റെ പ്രശാന്തതയും മലമുകളിൽ തങ്ങിനിന്ന നിശ്ശബ്ദതയും മനസിനെ അനുഭൂതിയുടെ പുതിയ തലങ്ങളിലേക്ക് കൊണ്ടുചെല്ലുന്നതായി അവർക്ക് അനുഭവപ്പെട്ടു. ഇലന്തമരങ്ങളും പടർന്നുകിടക്കുന്ന ചങ്ങലംപെരണ്ടയും അതീവ സ്വാതന്ത്ര്യത്തോടെ തഴച്ചുവളർന്ന് വനഭൂമിയെ ഹരിതാഭമാക്കി. കൈവിരലുകൾ കൂട്ടിപ്പിടിച്ചതു പോലെ ആകൃതിയുള്ള ചെങ്കാന്തൻ പൂക്കളും, മയിൽപ്പീലിയുടെ കണ്ണുകൾ പോലെ തോന്നിച്ച ഇലകളും മലമുകളിലെ പകൽനക്ഷത്രങ്ങൾ കണക്ക് പരിലസിച്ചു.

ഈ വക മനോരഞ്ജകങ്ങളായ ദൃശ്യങ്ങൾ നുകർന്നുകൊണ്ടും ഇടയ്ക്കിടെ സംഭാഷണത്തിലേർപ്പെട്ടുകൊണ്ടും അവർ നടന്നുനീങ്ങി.

“ഈ റോഡില്ലേ, സായിപ്പിന്റെ കാലത്തൊണ്ടാക്കിയതാ. ഇതില്ലാരുന്നെങ്കില്, ഇപ്പൊ, മൈസൂർക്കു പോകാനേതാ വഴി?”

“അതന്നെ. അവരെപ്പോലൊക്കെ നമ്മടെ ആളുകൾക്കു റോഡൊണ്ടാക്കാൻ പറ്റുവോ? അവരുടെ മിലിട്ടറി ജീപ്പു വരാൻ വേണ്ടിയല്ല്യോ വഴി വെട്ടിയത്.”

“അതിനുമ്മുമ്പേ തിപ്പുസുൽത്താന്റെ കാലത്ത് അവർക്കു നമ്മടെ കോയമ്പത്തൂർക്കു കുതിരപ്പൊറത്തു വരാനായിട്ട് ഒണ്ടാക്കിയതാന്നാ ഞാങ്കേട്ടിരിക്കുന്നെ... അതു നേരാ...”

“എന്നാ സായിപ്പ് വഴി ടാറിട്ടതാരിക്കും!”

“അങ്ങനെയങ്ങനെ ഓരോരുത്തരും റോഡങ്ങു വലുതാക്കി, ദേ ഇപ്പൊ ഇതു പോലായി...”

വഴിയിൽ അവിടവിടെയായി കൊച്ചു പാലങ്ങളുടെ അറ്റകുറ്റപ്പണികൾ നടക്കുന്നുണ്ട്. പെണ്ണുങ്ങൾ ചൂരൽക്കൊട്ടകളിൽ കല്ലുകൊണ്ടു വന്ന് ഇടുന്നു. അവരോടൊപ്പം ബാലന്മാരും ബാലികമാരും ഉണ്ടായിരുന്നു.

“കണ്ടിട്ട് നമ്മടെ നാട്ടുകാരെപ്പോലെ തോന്നുന്നു. പാവങ്ങള് പണിയന്വേഷിച്ചു മലവാരത്തുവന്ന്, പൊള്ളുന്ന വെയിലത്തുനിന്നു പെടാപ്പാടു പെടുകയാണ്.” കണ്ണപ്പന് സഹതാപം തോന്നി.

ഇവരുടേതിനേക്കാൾ പതിന്മടങ്ങു കഷ്ടപ്പാടു സഹിച്ചിട്ടുവേണം കാടായിക്കിടക്കുന്ന പുതിയ സ്ഥലം കൃഷിചെയ്യാൻ പറ്റുന്ന പരുവത്തിലാക്കേ

ണ്ടത്. ഈ പണി തുടങ്ങാനിരിക്കുന്നതേയുള്ളൂ. ആ സന്ദർഭത്തിൽ ഇങ്ങനെ സഹതാപവാക്കു പറയാൻ പോലും ആരുമുണ്ടാവില്ലെന്ന് പഴനിയപ്പൻ വേദനയോടെ ഓർത്തു. നടക്കാൻവേണ്ടി മാത്രം ജന്മമെടുത്തതുപോലെ കാളകൾ മുമ്പേ നടന്നുപൊയ്ക്കൊണ്ടിരുന്നു. ആ മലമ്പാതയിൽ ആനയിറങ്ങാറുണ്ടെന്ന് അയാൾ കേട്ടിട്ടുണ്ട്.

മുത്തപ്പൻ വേഗം മുണ്ടഴിച്ച് സഞ്ചിയിൽ വെച്ചു. നടക്കാൻ സുഖം നിക്കർ തന്നെയാണെന്ന ന്യായീകരണവും അയാൾ കണ്ടെത്തി. എന്നിട്ട് കണ്ണപ്പനെ കളിയാക്കി. "ആന തന്റെ മുന്നില് വന്ന് നിന്നാലും ഇയാളെ കാണൂല."

"മിണ്ടാതെ വാടോ, കളിയാക്കാതെ." അയാളും ചിരിച്ചു.

"പഴനിയപ്പനു നല്ല വെവരമൊണ്ട്. കണ്ടില്ലേ, നീല ഷർട്ടും നരച്ച ലുങ്കിയുമുടുത്തോണ്ടാ വന്നിരിക്കുന്നെ. വെള്ളയുടുത്തിട്ട് എന്തിനാ പൊല്ലാപ്പാക്കുന്നെ എന്നു വിചാരിച്ച് കരുതലായിട്ടാ വന്നിട്ടൊള്ളത്."

"അങ്ങനെയൊന്നും ആലോചിച്ചിട്ടല്ല, കണ്ണപ്പാ, ഇതുമതിയെന്നു തോന്നി. ങാ, വേഗം നടക്ക്, സന്ധ്യയാകാറായി."

"ഇയാള് ചെറുപ്പമാ. വേഗം നടക്കാം. ഞങ്ങൾക്കതുപോലെ പറ്റുമോ?"

"എനിക്ക് തന്നെക്കാളും നാലഞ്ചു വയസിന്റെ എളപ്പമേ കാണൂ. കണ്ണപ്പൻ എന്നേക്കാളും രണ്ടു മൂന്നും വയസിനു താഴെയാ.

"പ്രായം കൂടുന്നതു തടയാൻ ആർക്കെങ്കിലും പറ്റുവോ?... അരികത്തൂടെ നടക്ക്..."

തിമ്പം എത്തുന്നിടം വരെ എവിടെ വേണമെങ്കിലും ആനയിറങ്ങാവുന്ന സ്ഥലമാണ്. കാരപ്പള്ളമെത്തിയാൽ തമിഴ്നാട്– കർണാടക അതിർത്തിയായി. അവിടെ ധാരാളം മരക്കൂട്ടങ്ങളുണ്ട്. അതിന്റെയടുത്ത് ചായക്കട നടത്തിയിരുന്നവർക്ക് ആനയുടെ ശല്യമുണ്ടായിട്ടുള്ളതായി കേട്ടിട്ടുണ്ട്. വാഹനങ്ങളുടെ ഹോൺ കേട്ടാൽ അവ ഉപദ്രവിക്കാതെ കാട്ടിനകത്തേക്കു ചെല്ലും. ഒറ്റയാനയെയാണ് പേടിക്കേണ്ടത്.

തിമ്പം എത്താറായപ്പോഴേക്കും ഇവരെ ഭയം പിടികൂടിത്തുടങ്ങി. വഴിയിലെങ്ങാനും ആനയിറങ്ങി തങ്ങളെ ഉപദ്രവിച്ചേക്കുമോ, എന്ന ആശങ്ക അവരുടെ മനസിനെ മഥിച്ചുകൊണ്ടിരുന്നു

മലമ്പാതയിൽനിന്നുകൊണ്ട് നിരീക്ഷിക്കുമ്പോൾ കണ്ണെത്തുന്നിടം വരെ, കോയമ്പത്തൂർ ജില്ല, നിവർത്തിയിട്ട ഭൂപടം പോലെ കാണാവുന്നു.

ഭവാനി അണക്കെട്ടും ജലനിരപ്പും കടലാസുകൊണ്ടുണ്ടാക്കി വെച്ച മോഡലുകളെപ്പോലെയുണ്ട്. നടന്നു മുകളിൽച്ചെല്ലുന്തോറും മേഘജാലങ്ങൾ അടുത്തുവരുന്ന പ്രതീതി. ഇടയ്ക്കിടെ ലോറികളും ബസുകളും മുകളിലേക്കും താഴേക്കും സഞ്ചരിച്ചുകൊണ്ടിരുന്നു.

മലയുടെ പ്രാന്തപ്രദേശങ്ങൾ വൃക്ഷനിബിഡമായിരുന്നതിനാൽ അവിടെയെങ്ങും ഈർപ്പത്തിന്റെ ഗന്ധം വ്യാപിച്ചുനിന്നു. പാതയുടെ വളവുകളിൽ കരിങ്കല്ലുകൊണ്ടുള്ള കൊച്ചുകൊച്ചു പാലങ്ങൾ കാണാനുണ്ട്.

അവയുടെ മീതെ കുരങ്ങിൻകൂട്ടം കുട്ടികളോടൊത്ത് ഓടുകയും, അടുത്തുള്ള മരച്ചില്ലകളിൽ കേറിച്ചാടുകയും ചെയ്യുന്നതു കണ്ടു,

തലേന്ന് മഴപെയ്തതിന്റെ ലക്ഷണങ്ങൾ മണ്ണിൽ കാണാനുണ്ട്. ബീഡി കത്തിച്ച്,. പുകയൂതി വിട്ടുകൊണ്ട് മൂവരും നടന്നു. കാളകളും ഇവരോടൊപ്പമെത്താൻ ശ്രമിക്കുന്നുണ്ട്. അപ്പോൾ തീരെ അപ്രതീക്ഷിതമായിട്ടാണ് ഒരു ഒറ്റയാൻ മുളങ്കമ്പുകൾ ഒടിച്ചുതിന്നുകൊണ്ട് ഒരു വളവിൽ നിൽക്കുന്നതു ദൃഷ്ടിയിൽപ്പെട്ടത്. മുമ്പേ പോയ ലോറിക്കാരൻ വണ്ടി അരഫർലോങ് പിന്നാക്കം വന്നുനിന്ന് ഹോൺ മുഴക്കിയിട്ടും അതുമാറിയില്ല. മുളയുടെ പൊങ്ങും മറ്റും രുചിച്ചു കഴിയ്ക്കുകയാണ്. രണ്ടു വളവുകൾക്കുമപ്പുറത്ത് ഒരു ബസും നിർത്തിയിട്ടിട്ടുണ്ട്. ഒരു മണിക്കൂർ കഴിഞ്ഞ് ആന സ്വയം മരക്കൂട്ടങ്ങളുടെയിടയിലേക്ക് നടന്നുമറയുന്നതുവരെ ആളുകൾ വല്ലാതെ വലഞ്ഞു.

കഷ്ടകാലം പിടിച്ച നേരത്താണ് പഴനിയപ്പന്റെ കൂടെ പുറപ്പെടാൻ തോന്നിയതെന്ന് ഇരുവരും വിചാരിച്ചു പോയി. ലഹരിയൊക്കെ ഇറങ്ങിക്കഴിഞ്ഞിരിക്കുന്നു. ഒരു വിധത്തിൽ ചാമരാജ് നഗർ എത്തിയതിനുശേഷമാണ് ശ്വാസം നേരെ വീണത്. അവിടെ നാട്ടിൽ നിന്നു വന്ന ഒരാൾ നടത്തുന്ന വർക്ക്ഷോപ്പ് പഴനിയപ്പൻ അവർക്കു കാണിച്ചുകൊടുത്തു.

മലമ്പാതയിൽക്കൂടി നടന്നു വരുമ്പോൾ നല്ല കുളിർക്കാറ്റ് വീശിയിരുന്നു. അതേറ്റപ്പോൾത്തന്നെ വിശപ്പും ദാഹവുമെല്ലാം ശമിച്ചു. ചാമരാജ് നഗർ ആയപ്പോഴേക്കും സമതലത്തിന്റെ പ്രതീതിയായി. പൊടിയണിഞ്ഞ, സാമാന്യം വലിയ ഒരു പ്രദേശം–അവർക്ക് അത്രയേ തോന്നിയുള്ളൂ. ഉയരംകൂടിയതും ഉണങ്ങി ഇലകൊഴിഞ്ഞതുമായ മരങ്ങൾ ചില വഴികളുടെ ഇരുവശങ്ങളിലും കാണപ്പെട്ടു.

പേരിൽ 'നഗർ' എന്നുണ്ടായിരുന്നെങ്കിലും അവിടം വലിയ ഒരു നാട്ടിൻപുറം തന്നെയായിരുന്നു. ചെളി പുരണ്ട ചുമരുകളുള്ള ഉറക്കം തൂങ്ങുന്ന വീടുകളും വൃത്തിഹീനങ്ങളായ വഴികളുമാണ് എമ്പാടും. അലസതകൊണ്ട് പിത്തം പിടിച്ച ഒരാളെപ്പോലെ തോന്നിച്ചു, ആ ദേശം. അൽപ്പസ്വൽപ്പം കന്നഡ അറിഞ്ഞില്ലെങ്കിൽ കുടിക്കാനുള്ള വെള്ളം പോലും കിട്ടുകയില്ലെന്നും മനസിലായി. അവിടത്തെ ചില കാഴ്ചകൾ അവരിൽ കൗതുകം ജനിപ്പിച്ചു.

തുടരെത്തുടരെ കയറ്റവും ഇറക്കവുമുള്ള റോഡുകളിലൂടെയുള്ള നടപ്പ് അവരെ വല്ലാതെ അവശരാക്കി. കാൽമുട്ടുകൾ വേദനിച്ചുതുടങ്ങി.

"ദാ, ആ കയറ്റം കൂടിയേ ഉള്ളൂ" എന്നു പഴനിയപ്പൻ അവരെ ആശ്വസിപ്പിച്ചു. കാളകളും ക്ഷീണിച്ചു വശംകെട്ടു.

ഒടുവിൽ പഴനിയപ്പനും കൂട്ടരും സ്വന്തം ഭൂമിയിലെത്തിയപ്പോൾ നേരം സന്ധ്യയായി.

അവിടെ ഒരു ചെറിയ ചാളയുണ്ടായിരുന്നതിനാൽ അന്തിയുറങ്ങാൻ ഒരിടമായി. വിശപ്പുപോലും മറന്ന്, അവർകിടന്നപാടെ ഉറങ്ങിപ്പോയി. പഴനിയപ്പൻ മാത്രം രാത്രിയിൽ ഇടയ്ക്കിടെ എഴുന്നേറ്റുചെന്ന് കാളകളെ ശ്രദ്ധിച്ചുകൊണ്ടിരുന്നു.

നഞ്ചപ്പൻ ബൈക്കിലാണ് വന്നത്. അയാൾ ഒണ്ണല്ലിയിൽ ചെന്ന് ഒരു വണ്ടി വാടകയ്ക്കെടുത്ത്, കാളകൾക്കുള്ള തീറ്റ, കലപ്പ, കയറ് ഇതാദികളൊക്കെ കൊണ്ടുവരാനുള്ള ഏർപ്പാടുകളിൽ മുഴുകി. പഴനിയപ്പൻ കയ്യിൽ കരുതിയിരുന്ന അരി വേവിച്ചു കഞ്ഞിയുണ്ടാക്കാൻ വേണ്ടി, കലം വാങ്ങാൻ പോയി. അടുത്തെങ്ങും കുടികിടകൾ കാണാനില്ല. ഒന്നരമൈലപ്പുറത്താണ് ചാമയും മുതിരയും കമ്പുമൊക്കെ കൃഷിചെയ്യുന്ന വരണ്ട പാടങ്ങൾ പോലും കണ്ണിൽപ്പെട്ടത്. ഇടയ്ക്കിടെ, കുന്നുകൾ പോലെ ചരലുകൾ കൂട്ടിയിട്ടിരിക്കുന്നതുകണ്ടു. പാറത്തിട്ടകളുമുണ്ട്, അവിടവിടെ.

മുന്നിൽക്കണ്ട ഒന്നു രണ്ടുപേരോട് ഒന്നും ചോദിച്ചറിയാൻ കഴിഞ്ഞില്ല. അയാൾക്ക് അവരുടെ ഭാഷയും അവർക്ക് ഇയാളുടെ തമിഴും മനസിലായില്ല.

ആളനക്കം പോലുമില്ലാത്ത ഈ സ്ഥലത്തുവന്ന് ഭൂമി വാങ്ങിയതിൽ സങ്കടം തോന്നി. അതോടൊപ്പം തന്നെ, നിലം മെരുക്കിയെടുത്ത് കൃഷിയിറക്കിയാലേ, കൃഷിയിറക്കി എന്നു പറയാൻ കഴിയൂ. അതിനൊക്കെ എത്ര കാലം പിടിക്കുമെന്നും അറിഞ്ഞുകൂടാ.

ആടുമാടുകൾ പോലും പുല്ലുമേയാൻ വല്ലപ്പോഴുമേ അവിടെയെത്താറുള്ളൂ എന്ന് അവിടത്തെ ഭൂപ്രകൃതിയിൽ നിന്നു തന്നെ വായിച്ചെടുക്കാം. അവിടം കുറുക്കന്റെയും അതുപോലുള്ള ചെറുവകമൃഗങ്ങളുടെയും വിഹാരസ്ഥലമായിരിക്കണം എന്നു തോന്നി. അടുത്തുള്ള മലയിൽ നിന്ന് ആനയിറങ്ങാറുള്ളതിന്റെ അടയാളങ്ങളുമുണ്ട്. മുൾച്ചെടികളും, ഉണങ്ങിനിൽക്കുന്ന പല പേരറിയാത്ത മരങ്ങളുടെ കൂട്ടങ്ങളും, വലിയ പാറക്കല്ലുകളും കാട്ടുപക്ഷികളുടെ ചിലമ്പലും എല്ലാം ചേർന്ന് മനുഷ്യന് ആ പ്രദേശം തന്നെ അപ്രാപ്യമാക്കിയിരിക്കുന്നു.

നഞ്ചപ്പനും പഴനിയപ്പനുംകൂടി തങ്ങളുടെ അതിമോഹം കൊണ്ട് ഇവിടെവന്നുറച്ചാൽ അവർ വല്ലാതെ ക്ലേശിക്കേണ്ടിവരുമെന്നതിനു സംശയമില്ല എന്ന് കണ്ണപ്പനും മുത്തപ്പനും വിചാരിച്ചു.

പഴനിയപ്പൻ ഉണക്കച്ചെടികളും ചുള്ളിക്കമ്പുകളും പെറുക്കിക്കൊണ്ടുവന്നു; കല്ലുകൾ കൂട്ടി അടുപ്പുണ്ടാക്കി. ഏറെ അന്വേഷിച്ചിട്ടാണ് ഒരു മൺകലം വാങ്ങാൻ കിട്ടിയത്. അയാൾ അടുപ്പിൽ തീ കൂട്ടി. അതിൽ നിന്നുയർന്ന തീനാളങ്ങൾ കണ്ടപ്പോൾ, ഭൂമിയിൽ നിന്നു മുളച്ചുപൊന്തി, തളിത്തിർത്തു വളരാൻ വെമ്പുന്ന ഒരു അഗ്നിച്ചെടി പോലെ അയാൾക്കു തോന്നി.

പഴനിയപ്പൻ കഞ്ഞിയുണ്ടാക്കിക്കൊണ്ട് അവിടത്തെ മണ്ണിൽ തന്റെ അധ്വാനത്തിനു തുടക്കം കുറിച്ചു. അയാൾ ഈയഗ്ലാസുകളിലേക്കു കഞ്ഞി പകർന്ന് എല്ലാവർക്കും നൽകി. എന്നിട്ട് അയാളും കുടിച്ചു.

ഇവിടെ വന്നിട്ട് ജീവിതകാലം മുഴുവനും ഇങ്ങനെ കഞ്ഞിയും കുടിച്ച് കഴിയേണ്ടിവരുമോ അതോ ദുർഘടങ്ങളെ അതിജീവിച്ച് മുന്നോട്ടു പോകാൻ സാധിക്കുമോ എന്നാലോചിച്ചപ്പോൾത്തന്നെ നിറകണ്ണുകളോടെ അയാൾ പ്രാർഥനാനിരതനായി.

ആകെ ഒരു ജോടി കാളയെ വെച്ചുകൊണ്ട് നിലം ഉഴുതു ശരിയാക്കുക എളുപ്പമല്ല. രണ്ടു മൂന്നു ജോടി ആരോഗ്യമുള്ള കാളകളും ഉറപ്പുള്ള വണ്ടികളും ഉണ്ടെങ്കിലേ കുറേശ്ശക്കുറേശ്ശയായി ജോലികൾ തുടങ്ങാനൊക്കൂ. ആദ്യം, നിലം മൂടിക്കിടക്കുന്ന മുൾച്ചെടികളും കുറ്റിച്ചെടികളും വേരോടെ പിഴുതു കളയണം. കണ്ടും കുഴികളും നികത്തിനിരപ്പാക്കണം. വലിയ കല്ലുകൾ മാന്തിയെടുത്തു മാറ്റേണ്ടതുണ്ട്. അവിടവിടെയുള്ള വലിയ പാറകൾ പൊട്ടിച്ചു വണ്ടിയിലാക്കി മറ്റൊരിടത്തേക്ക് ഒതുക്കിയിടണം.

ഇത്രയും ജോലികൾക്കുശേഷം മഴയുടെ ലഭ്യതയ്ക്കനുസരിച്ച് മണ്ണും കുതിർന്നാൽ ഉഴവുപണി തുടങ്ങാം. കൊണ്ടുവന്നിട്ടുള്ള കാളകളെ സുരക്ഷിതമായി കെട്ടാൻ ഒരു ചാളയുണ്ടാക്കണം. കുറേ നാളത്തേക്കെങ്കിലും അവിടെത്തന്നെ ഒപ്പംതങ്ങാനായി വിശ്വാസയോഗ്യനായ ഒരാളെ കണ്ടുപിടിക്കണം. വെറും രണ്ടുപേരെക്കൊണ്ട് ഇത്രയും ജോലി ചെയ്യുക എളുപ്പമല്ല. ഇനിയും ധാരാളം സാധനസാമഗ്രികൾ വാങ്ങാനുണ്ട്. പുതുതായി കൃഷി തുടങ്ങുക ചില്ലറക്കാര്യമല്ല. പഴനിയപ്പൻ ചിന്തകളിൽ മുഴുകിയിരുന്നു.

അവർക്ക് നാട്ടിൽ കുറച്ചുനാളത്തെ പണി ബാക്കിയുണ്ട്. അതിനാൽ കാളകളെ ഒരാഴ്ചത്തേക്ക് വിശ്വാസമുള്ള ഒരിടത്ത് ഏൽപ്പിക്കണമായിരുന്നു. ഒണ്ണല്ലിയിൽ, നാട്ടിലെ അമ്പലം കഴകക്കാരനൊരാൾ കുടിയേറിപ്പാർത്തിരുന്നു. അയാളുടെ ദയകൊണ്ട് കാളകളെ അവരുടെ തൊഴുത്തിൽ കെട്ടാൻ കഴിഞ്ഞു. അവിടെ കാളകൾക്ക് ഒരാഴ്ചത്തേക്കുള്ള തീറ്റിയും കൊടുത്തേൽപ്പിച്ചിട്ട് അവർ നാട്ടിലേക്കു മടങ്ങി.

കാൽനടയായി വന്നതുകൊണ്ട് എല്ലാവർക്കും കാലിൽ രക്തംകെട്ടി നീരുവെച്ചിരുന്നു. ഇനി കാശുതരാമെന്നു പറഞ്ഞാലും കണ്ണപ്പനും മുത്തപ്പനും ഇങ്ങോട്ടു വരില്ലെന്ന് പഴനിയപ്പൻ മനസിലാക്കി. ആ വനാന്തരഭൂമി അവരിൽ അത്രകണ്ട് ഭയാശങ്കകൾ ജനിപ്പിച്ചിരുന്നു.

നാല്

മരുമകൻ അധികം വൈകാതെതന്നെ വലിയ തോതിൽ കൃഷി നടത്താൻ പോകുന്നതിനേക്കുറിച്ചാലോചിച്ചപ്പോൾ, രാമണ്ണ ഗൗണ്ടരുടെ മനസ്സ് സന്തോഷാധിക്യത്താൽ ഊയലാടി. പച്ചപ്പാടങ്ങളും വാഴത്തോട്ടവുമെല്ലാം മനക്കണ്ണിൽ നിറഞ്ഞു നിന്നു.

ഭാവിയെക്കുറിച്ച് അറിയാനുള്ള ആകാംക്ഷയിൽ അയാൾ പേരക്കുട്ടിയുടെ ജാതകക്കുറിപ്പ് ചുണ്ടയ്ക്കാമുത്തൂരിലെ ജ്യോത്സ്യനെ കാണിച്ചു. പഴയ ഭൂമി വിറ്റ് പുതിയ ഭൂമി വാങ്ങാനുള്ള യോഗം കാണുന്നതായി അയാൾ ഗണിച്ചു പറഞ്ഞു.

കിഴക്കേ അതിർത്തിയിലുള്ള ഒരു ഗ്രാമത്തിലാണ് ഗൗണ്ടരുടെ ജനനം. ഭാര്യ മുത്തമ്മാളിന്റെ സ്വദേശവും അതിനടുത്തുള്ള ശെങ്കാലി പാളയമാണ്. അതിനാൽ അവിടെയും സമീപഗ്രാമങ്ങളിലും സുഹൃത്തുക്കളും ബന്ധുക്കളും ചാർച്ചക്കാരുമൊക്കെയായി ധാരാളംപേരുണ്ടായിരുന്നു. അവരോട്, പുതുതായി കൃഷി തുടങ്ങാൻ പോകുന്ന കാര്യം ഗൗണ്ടർ അവതരിപ്പിച്ചു. അപ്പോൾ,

"ഇത്രേം കാലം കഴിഞ്ഞ് ഇനീം വടക്കേ അതിർത്തീലോട്ട് പോകണോ?" എന്ന് അവർ ഒട്ടൊരു മനസ്താപത്തോടെ ചോദിക്കയാണുണ്ടായത്.

"ഇതുവരേം നിങ്ങൾ ഇവിടുന്നു പടിഞ്ഞാട്ടു കോയമ്പത്തൂർക്കു ചെന്ന് സുഖമായിട്ടു കഴിയുവാണെന്ന ആശ്വാസമൊണ്ടാരുന്നു. കുടുമ്മത്തിലെ എല്ലാ വിശേഷങ്ങൾക്കും വരുകേം പോകുകേം ഒക്കെ ചെയ്യുമായിരുന്നു. ഇപ്പൊ, എത്തിപ്പെടാൻ പോലും പറ്റാത്തത്ര ദൂരെ പോകാണോ?"

"നെലം പോയതുപോയി. ആ വീടെങ്കിലും അവിടിരിക്കട്ടെ. ഇനി അതും കൂടി വിറ്റിട്ട് അപ്പനുമമ്മേം കൂടെ മോളേ സഹായിക്കാനെന്നും

പറഞ്ഞ് പോയേക്കരുത്. നെനക്കിപ്പം വയസ്സ് അറുവതു കഴിഞ്ഞില്ല്യേ? മാമനു പറയാനുണ്ടായിരുന്നത് അതാണ്."

"ഉം കഴിഞ്ഞു!"

"ങാ! എനിക്കറിഞ്ഞുകൂടേ! കൊച്ചുമക്കള് വലുതാവുന്നതുവരെ ഇവിടെ താമസിപ്പിച്ചു വളർത്തിയാല്, പിന്നെ കല്യാണമൊക്കെ കഴിച്ച് ഇവിടത്തന്നെ ജീവിച്ചോളും."

ഗൗണ്ടറുടെ അമ്മാവന് എൺപതു വയസു കഴിഞ്ഞിരിക്കുന്നു. അദ്ദേഹമാണ് മേൽപ്പറഞ്ഞതുപോലെ അഭിപ്രായപ്പെട്ടത്. "നല്ല വില കിട്ടിയാൽ വീടും വിറ്റുകളയാമെന്നുണ്ടെനിക്ക്!" എന്നു ഗൗണ്ടർ പറഞ്ഞത് ഇദ്ദേഹത്തിനു തീരെ ഇഷ്ടമായില്ല.

"ങാ! നിങ്ങളുടെ അച്ഛനപ്പൂപ്പന്മാരുടെ കാലത്ത് ഈ കരയുപേക്ഷിച്ച് അങ്ങു പടിഞ്ഞാറുപോയി. ഇപ്പൊ അതും വിറ്റേച്ച് ഇനീം ദൂരെപ്പോകുകാണെന്നു പറേണു. ഇതെന്തോ കൂത്താ? സുഖമാണേലും കഷ്ടപ്പാടാണേലും ഒരേയിടത്തു തന്നെ കഴിയണം. എവിടെപ്പോയാലും ഇങ്ങനൊക്കെത്തന്നെയാ. ഞങ്ങളെക്കണ്ടില്ലേ? ഈ നാട്ടീത്തന്നെ ചൂടും സഹിച്ച് കാലം കഴിക്കുന്നില്ലേ?

ഇത്തരം ഓരോന്നു പതംപറഞ്ഞുകൊണ്ട് അയാൾ ഗൗണ്ടരെയും കൂട്ടി സ്വന്തം വീട്ടിലേക്കു നടന്നു. കുളത്തിന്റെ കരയിലുള്ള വീടിന്റെ വളപ്പിൽ ഇപ്പോഴും അതേ പഴയ പനകൾ... അതിനോടു ചേർന്ന കിണറ്റിൻകര. അച്ഛനമ്മമാർ ജീവിച്ചിരുന്ന കുഗ്രാമം... അയാളുടെ മനസിൽ പഴയ ഓർമകൾ തെളിഞ്ഞു. കണ്ണുകളിൽ നനവുറന്നു. അതിവേഗം കടന്നുപോയ കാലം ജീവിതത്താളുകളിൽ കരുതിവെച്ച അവശേഷിപ്പുകളുടെ ദൃശ്യങ്ങൾ ഗൗണ്ടരുടെ ഹൃദയമിടിപ്പു വർധിപ്പിക്കാനേ ഉതകിയുള്ളൂ.

ഗൗണ്ടരുടെ അച്ഛൻ ചെറുപ്പത്തിൽത്തന്നെ മരിച്ചു. ഭാര്യയും മക്കളും അനാഥരായി. പന്ത്രണ്ടുകാരനായിരുന്ന ഗൗണ്ടർ വയലിൽ വെള്ളംതേക്കിനു പോയിരുന്ന ആ കാലം ഇപ്പോഴും ഓർക്കുന്നു. ഒരു വയസുമാത്രം പ്രായമുള്ള തന്റെ അനുജനെയും ആറുവയസുകാരിയായ അനുജത്തിയെയും മടിയിലിരുത്തിക്കൊണ്ട് അമ്മയോടൊപ്പം അവരെ ആശ്വസിപ്പിച്ചിരുന്നത് മനസിലോടിയെത്തുമ്പോൾ ഇന്നും കണ്ണുകൾ നിറയുന്നു.

നിലവും പറമ്പുമെല്ലാം വിറ്റുപോകേണ്ട ഒരവസ്ഥയിലേക്ക് വലിച്ചെറിയപ്പെട്ട അന്നത്തെ അനാഥകുടുംബത്തെക്കുറിച്ച് ഗൗണ്ടർ വ്യഥയോടെ ഓർത്തുപോയി.

"കുടുംബത്തില് മൂത്തവൻ നീയാ. നീയ് നല്ല നേരത്തു ജനിച്ചതുകൊണ്ടായിരിക്കും, നിന്റമ്മ നല്ല ഐശ്വര്യമായിട്ടാ കഴിഞ്ഞത്. പക്ഷേങ്കി, നിന്റപ്പന്റെ സമയം മോശമായിപ്പോയി. അൽപ്പായുസ്സിലല്ല്യോ പോയത്. മരിക്കാനൊള്ള പ്രായമാണോ അത്? ങാ, ഓർക്കുമ്പൊ നെഞ്ചു പൊട്ടുന്നു. വന്നതുവന്നു, ബാക്കിയുള്ളവരെങ്കിലും ഇവിടെത്തന്നെ ജീവിച്ച് അപ്പന്റെ പേരിനു പെരുമ ചേർക്കുമെന്ന വിശ്വാസത്തിലാ ഞങ്ങളു

കഴിഞ്ഞു കൂടുന്നത്. എന്നെക്കൊണ്ടു പറ്റുന്ന സഹായം ഞാൻ ചെയ്തു തരാം. ഇനി ഇവിടോം വിട്ട് എങ്ങോട്ടാടാ എല്ലാരും കൂടെ പോകുന്നെ? അമ്മാവൻ വേദനയോടെ തിണ്ണയിലിരുന്നു പുലമ്പി. അദ്ദേഹത്തിന്റെ അമ്മയുടെ ആശങ്ക മറ്റൊരുതരത്തിലായിരുന്നു.

"പറക്കമുറ്റാത്ത പിള്ളാരെയും കൊണ്ട് മിണ്ടാപ്രാണിയായിട്ടൊരുത്തിയല്ലേ ഉള്ളൂ. അവളെ എങ്ങനേലും പറഞ്ഞു പറ്റിച്ച് നെലോം പറമ്പുമൊക്കെ വിക്കാം, അല്ലെങ്കി നിർബന്ധിച്ച് എഴുതി മേടിക്കാമെന്നുമൊക്കെ വിചാരിക്കുന്നവരാ കൂടെയൊള്ളത്." അവർ ജാഗ്രതാ നിർദേശം നൽകി.

അച്ഛന്റെ മരണശേഷം അമ്മയാണ് തങ്ങളുടെ ഏക ആശ്രയം എന്നു കരുതിപ്പോന്നു. എന്നാൽ താവഴിയിലുള്ളവർക്ക് അമ്മയോടുള്ള സ്നേഹമുണ്ടായിരുന്നതിനാൽ അമ്മയുടെ സഹോദരന്റെ സ്നേഹവാത്സല്യങ്ങളും കൂടി തങ്ങൾക്കു ലഭിക്കാനിടയായി.

അച്ഛന്റെ അഭാവം കുട്ടികളുടെ ഭാവിയെ ബാധിച്ചുകൂടാ എന്ന കാര്യത്തിൽ അമ്മാവൻ പ്രത്യേകം ശ്രദ്ധിച്ചിരുന്നു. ബന്ധുക്കളും അയാളെ സ്നേഹപൂർവം ഉപദേശിക്കാറുണ്ടായിരുന്നു.

"അമ്മാവൻ പറയുമ്പോലെ കേട്ടു നടക്കണേ, രാമു! എല്ലാം കൊച്ചു പിള്ളരാണ്. നിങ്ങടമ്മേടെ സ്വത്ത് നിങ്ങളാ. ഇവിടെത്തന്നെ അധ്വാനിച്ചു ജീവിച്ച് നല്ല നെലേൽ വരണം. നിങ്ങളെ കുലദൈവം രക്ഷിക്കും. പൊന്നാച്ചിയമ്മയെ നല്ലോണം തൊഴുതു പ്രാർഥിച്ചോ."

കുലദൈവത്തിന്റെ പേര് കുടുംബത്തിലെ ഒരാൾക്ക് ഇടുക എന്നത് തലമുറകളായുള്ള പതിവാണ്. അങ്ങനെയാണ് തങ്കമ്മാളിന് ആ പേരു വന്നതെന്ന് നാട്ടുകാർ പറഞ്ഞുകേട്ടിട്ടുണ്ട്.

"നിങ്ങടമ്മേടെ നെറോം ചന്തോമൊന്നും ഈ ഭാഗത്തൊരു പെണ്ണിനുമില്ല. കണ്ണുതട്ടീട്ടായിരിക്കും, പാവം, ചെറുപ്പത്തിലേ ഭർത്താവു പോയത്. കിളുന്തുമാവില അടുപ്പത്തിട്ടപോലല്ല്യോ അവളു വാടിപ്പോയത്." എന്നു നാട്ടുകാർ സഹതാപം ചൊരിയുന്നത് അയാളും കേട്ടിരിക്കുന്നു.

"എങ്ങനേലുമൊക്കെ മൂന്നു പിള്ളാരേം കൊണ്ട് കോഴി ചിറകിനടീൽ കുഞ്ഞുങ്ങളെ വളർത്തുന്നതുപോലെ അവിടെച്ചെന്ന് വളർത്തി വലുതാക്കി. എല്ലാരടേം കല്യാണോം കഴിഞ്ഞു. കൊച്ചു മക്കളേം കണ്ടിട്ട് അവളും ഈ മണ്ണീത്തന്നെ കെടന്നു മരിച്ചു."

"തങ്കമ്മച്ചീടേ മക്കളൊക്കെ കോയമ്പത്തൂരിനടുത്ത് നല്ല നെലേലാ കഴിയുന്നതെന്ന് ഇവിടുത്തുകാരൊക്കെപറയും. ആ പേരു കളയാതെ അവിടെത്തന്നെ കഴിയാനൊള്ളതിന് ഇപ്പൊ ഈ അവസാനകാലത്ത്. മരം പിഴുതു വെള്ളമൊള്ളടത്തു നടാമ്പോകണ പോലെ. ഇതു ശരിയാണെന്ന് നെനക്കു തോന്ന്ണൊണ്ടോ? മരമൊള്ളടത്തു വെള്ളം കൊണ്ടുവന്ന് ഒഴിക്കാനൊള്ള വഴി നോക്കണം. അതാ മിടുക്ക്! അതല്ല്യോ നമ്മക്കൊക്കെ വെള്ളാളർന്നു പേരുവന്നേ? അതെങ്കിലും ആലോചിക്കണ്ടായോ?"

അമ്മാവൻ മനപ്രയാസം കൊണ്ടുപറയുന്നതെല്ലാം ഗൗണ്ടരും വേദനയോടെ കേട്ടിരുന്നു.

അന്നേരം, ഈ മണ്ണിൽ നിന്ന് അന്നു കുടിയിറങ്ങിപ്പോയതുപോലെ തെറ്റായിപ്പോയോ എന്നയാൾ വിചാരിച്ചു പോയി. ഇവിടം വിട്ടു പടിഞ്ഞാറുചെന്ന് അവിടത്തെ വരണ്ട മണ്ണുമായി മല്ലിട്ട്, ഒന്നു നിവർന്നു നിൽക്കാൻ പെട്ട കഷ്ടപ്പാടുകളും ഇപ്പോൾ അതും വിട്ട് പുതിയ സ്ഥലത്തേക്കു പോവുന്നതും ആലോചിച്ചപ്പോൾ മനസ്സ് നൊമ്പരപ്പെടുകതന്നെ ചെയ്തു. ജീവിതകാലം മുഴുവനും ഒരിടത്തുനിന്ന് മറ്റൊരിടത്തേക്കു കുടിയേറിത്തിരിയുക എന്നത് ഒഴിവാക്കാൻ കഴിയാത്ത ദുരന്തമായല്ലോ എന്ന വിഷമം ശരീരത്തിന്റെ തന്മാത്രകൾ തോറും പ്രകമ്പനം ചെയ്യുന്നതുപോലെ

* * * *

വിശാലമായിക്കിടക്കുന്ന ആ ഭൂമിയിൽ കാട്ടുചെടികൾ ഒരാൾപൊക്കത്തിൽ ഇടതൂർന്നു വളർന്നുനിന്നിരുന്നു. ഈ കാടു തെളിച്ചു കൃഷിയിറക്കാൻ സ്വമേധയാ ആരും മുന്നോട്ടുവരുകയില്ലെന്ന് പഴനിയപ്പൻ നേരത്തെതന്നെ മനസിലാക്കി.

ദൃഢഗാത്രരായ നാലഞ്ചു പണിക്കാർ കൂടെയുണ്ടെങ്കിലേ കാടുതെളിയിക്കാൻ കഴിയൂ. അതിനുശേഷം മൺവെട്ടിയും കൂന്താലിയും കൊണ്ട് എല്ലാം വേരോടെ പിഴുതുമാറ്റണം. സൂര്യതാപമേറ്റ്, പക്ഷികളുടെ കാഷ്ഠവും പേറി അവിടവിടെ കിടക്കുന്ന പാറകളും മാറ്റേണ്ടതുണ്ട്.

ചരൽ കലർന്ന കറുത്ത മണ്ണ് നല്ലവണ്ണം ഉണങ്ങി വരണ്ടിരുന്നു. എങ്കിലും പ്രകൃതിദത്തമായ വളംചേർന്ന്, ആ കന്നിമണ്ണ് ഫലഭൂയിഷ്ടമായി കാണപ്പെട്ടു. പാറകൾ എടുത്തു മാറ്റുക ബുദ്ധിമുട്ടാണ്. അതിനാൽ അവയെല്ലാം ആദ്യം തന്നെ ഉടച്ചു ജല്ലിയാക്കണം. നിലമൊരുക്കൽ വളരെ സാവധാനത്തിലേ പുരോഗമിക്കൂ. ചിതറിക്കിടക്കുന്ന കല്ലുകൾ എടുത്ത് അതിർത്തിയിൽ അടുക്കിയാൽ മഴവെള്ളത്തിൽ മണ്ണൊലിച്ചുപോവുന്നത് തടയാൻ കഴിയും. കല്ലുകൾ മാറ്റാനും മറ്റുമായി വണ്ടി ആവശ്യമായി വരും. തലച്ചുമടായി മാറ്റാൻ പറ്റുന്നവ അങ്ങനെയും മാറ്റാം. എന്തായാലും ജോലിക്കാരുടെ ആവശ്യം ഒഴിച്ചുകൂടാനാവില്ല. പഴനിയപ്പൻ മുൻകൈയെടുത്ത് ജോലിയാരംഭിച്ചു. അവിടെ കൂലിക്ക് ആളുകളെ വെയ്ക്കുന്നതിലും ചില ചില്ലറ പ്രശ്നങ്ങളുണ്ടായിരുന്നു. ശരിയായ കൂലി കൊടുക്കാൻ ഇവർതയാറായിരുന്നെങ്കിലും ജോലിയുടെ കാഠിന്യം ജോലിക്കാരെ പിന്തിരിപ്പിച്ചു.

പഴനിയപ്പന്റെ സഹകരണമനോഭാവവും സ്നേഹപൂർണമായ പെരുമാറ്റവും മൂലം, രണ്ടാഴ്ചകൾക്കു ശേഷം രണ്ടു മൂന്നുപേർ ജോലിക്കു വരാൻ തയാറായി. പിന്നീട്, അവർ വന്നതുകണ്ട്, മറ്റുചിലരും എത്തി. അങ്ങനെ, പണിക്കാരുടെ സഹായത്തോടെ അയാൾ ആ കൊടിയ വനപ്രദേശം വെട്ടിത്തെളിക്കാൻ തുടങ്ങി.

നിലം, വിത്തുവിതയ്ക്കാൻ പാകമായതിനുശേഷമേ ഭാര്യയെ കൂട്ടിക്കൊണ്ടുവരികയുള്ളൂ എന്നു ദൃഢനിശ്ചയം ചെയ്തമട്ടിൽ പഴനിയപ്പൻ തളരാതെ അധ്വാനിക്കുന്നതു കണ്ടപ്പോൾ നഞ്ചപ്പന് തന്റെ പദ്ധതിയെക്കുറിച്ച് പരിപൂർണ വിശ്വാസമായി. പാചകം ചെയ്യുന്നതും പഴയനിയപ്പൻ തന്നെയായിരുന്നു. പനമ്പുപായകൊണ്ട് കെട്ടിമറച്ചുണ്ടാക്കിയ ചാളയിൽ കാനനവാസികളെപ്പോലെ അവർകഴിച്ചുകൂട്ടി.

അധ്വാനിക്കുന്നതിന്റെ ലഹരിയിൽ രാത്രിയിലെ ഉറക്കംപോലും ഇയാൾ ഉപേക്ഷിച്ചുകളയുമോ എന്ന് നഞ്ചപ്പനു തോന്നിപ്പോയി. അയാളുടെ ആത്മാർഥതയും അർപ്പണബോധവും കണ്ടപ്പോൾ നഞ്ചപ്പനും പാറകളിളക്കാനും അവ വണ്ടിയിൽ കൊണ്ടിടാനുമൊക്കെ തന്നാലാവുന്നതുപോലെ സഹായിച്ചു.

പഴനിയപ്പന്റെ കൈകളിലെ തൊലി പൊട്ടി കുമിളകൾ പൊന്തി. ജോലിയുടെ മൂച്ചിൽ അയാൾ അതൊന്നും വകവെച്ചില്ല. ഭൂമിയുടെ കിഴക്കേ അതിരിലുള്ള മരങ്ങളുടെയടുത്ത്, തിണ്ണപോലെ തോന്നിച്ച ഒരു വലിയ പാറക്കല്ല് മണ്ണിൽ പുതഞ്ഞു കിടന്നിരുന്നു. അതു നീക്കാൻ രണ്ടു ദിവസം കൂടി വേണ്ടിവന്നു. പാറ പുറത്തേക്കെടുത്തപ്പോൾ അതിൽ ഹനുമാന്റെ രൂപം കൊത്തിയിരിക്കുന്നതു കണ്ടു. അതൊരു നല്ല ശകുനമായി അവർ കണക്കാക്കി. അത് എടുത്തു കഴുകി വൃത്തിയാക്കി മരത്തിന്റെ ചുവട്ടിൽത്തന്നെ പ്രതിഷ്ഠിച്ചു. മൃതസഞ്ജീവനി മലയും വഹിച്ചുകൊണ്ടുപോകുന്ന ഹനുമാന്റെ രൂപമായിരുന്നു ആ ശിൽപ്പത്തിന്, അതു കണ്ടപ്പോൾ ഈ കാട്ടുപ്രദേശത്തെ വിളനിലമാക്കി, അതെടുത്തു തോളിൽ ചുമന്ന് സ്വദേശത്തേക്കു കൊണ്ടുപോകാൻ തക്ക ശേഷി പഴനിയപ്പനുണ്ടെന്ന് നഞ്ചപ്പനു തോന്നി.

“പഴയ കാലത്ത് ഇവിടെ താമസിച്ചിരുന്നോര് പൂജിച്ച ദൈവമാരിക്കും. പിന്നെ ആൾത്താമസം കൊറഞ്ഞപ്പൊ ആരും നോക്കാനില്ലാതെ മണ്ണിൽ പൊതിഞ്ഞു പോയിക്കാണും.”

“ഇവിടെ ആടുമാടുകളൊക്കെ വരുന്ന സ്ഥലമാണെന്നാ തോന്നുന്നെ. ഒരുപാടുകുറ്റിച്ചെടികളൊണ്ട്.”

“അതൊക്കെ വെട്ടാൻ പോകുമ്പൊ കുറുനരികള് ഓടിപ്പോകുന്നതു നമ്മൾ കണ്ടതല്ലേ?”

“ശരിയാ” സംഭാഷണത്തിനിടെ അയാൾ അടുപ്പു കത്തിച്ചു.

“ആടുമാടുകളൊക്കെ മേഞ്ഞതിന്റെ ബാക്കി പുല്ല് ഇനീം ഒരുപാട് നിൽക്കുന്നുണ്ട്. ഏതായാലും നമ്മടെ കാളകൾക്ക് തീറ്റിക്കു പഞ്ഞമില്ല.”

നഞ്ചപ്പൻ സിഗററ്റു പുകച്ചുകൊണ്ട് അൽപ്പം മാറിയിരിക്കയാണ്.

“അടുത്തൊള്ള പൊട്ടക്കൊളത്തില് വെള്ളം കുടിച്ചിട്ട് അതുങ്ങളും നല്ലോണം പണിയെടുക്കുന്നൊണ്ട്. ഭാരം വലിക്കാൻ കറമ്പനെക്കാളും ചൊവപ്പനാ ഭേദം.”

“ഇന്നും തെക്കേ മൂലേലൊള്ള കല്ലൊക്കെ നമ്മള് വണ്ടീൽ നെറച്ചില്ലേ? സാധാരണ കാളകളാരുന്നേൽ വലിക്കാൻ പറ്റുമോ?

“ഒറ്റ നടപ്പിന് അവിടെക്കൊണ്ടെത്തിക്കുന്നതു വരെ കാളേമ്മാര് ഒന്നു ചിണുങ്ങിയതുപോലുമില്ല. പാവങ്ങള്!'

അയാൾ നഞ്ചപ്പന് ഒരു കിണ്ണത്തിൽ ചോറുകൊണ്ടുവെച്ചു.

“നെനക്കും കൂടെ എടുത്തോണ്ടു വാ. ഇന്നു നല്ല വെശപ്പൊണ്ട്.” അയാൾ കൈ കഴുകി വന്നു.

“വെശപ്പൊണ്ടേല് സ്വാദൊക്കെ തന്നെ വന്നോളുമെന്ന് പറേമ്പോലെ ഞാനേതാണ്ടൊക്കെ വേവിച്ചു വെക്കുകാ... ഉണ്ടോ!”

“അടുത്ത മാസം കൊണ്ട് ഈ വടക്കേ ഭാഗോം കൂടെ നന്നാക്കാം. അങ്ങനെ കൊറേശ്ശെ കൊറേശ്ശെയായിട്ട് നെലം മുഴുവനും വൃത്തിയാകും.”

“എന്നിട്ട് നാട്ടീന്ന് പൊന്നമ്മേം അരുക്കാണിയേയും വിളിച്ചോണ്ടുവരണം. ഒന്നുമില്ലേൽ ചോറു വെക്കുന്ന പണി അവരു ചെയ്തോളുമല്ലോ.”

രാത്രിയുടെ നിശബ്ദത ഇരുട്ടിന്റെ കട്ടി കൂട്ടിയതേയുള്ളൂ. വനാന്തരത്തിന്റെ മൗനത്തെ ചെറുതായി ഭഞ്ജിച്ചുകൊണ്ട് സസ്യലതാദികളുടെ ഗന്ധവും, ഒരുക്കിയിട്ടിരിക്കുന്ന മണ്ണിന്റെ ഉന്മേഷം നിറഞ്ഞ മണവും കൂടിക്കലർന്ന കാറ്റ്, അവരെ രോമാഞ്ചം കൊള്ളിച്ചുകൊണ്ട് മെല്ലെ വിശിയെത്തി.

ക്ഷീണം കൊണ്ട് പഴനിയപ്പൻ ഗാഢനിദ്രയിലാണ്ടു. നഞ്ചപ്പന് എന്തോ ഉറക്കം വന്നില്ല. മേലിൽ ചെയ്യേണ്ടതെന്തൊക്കെയാണെന്ന ചിന്തയിലാണയാൾ. ആ ജോലികളൊക്കെയും കെട്ടുകെട്ടായി ഒരു ഭാഗത്ത് അടുക്കിവെച്ചിരിക്കുകയാണെന്ന് അയാൾക്കു തോന്നി.

ഒരു ദിവസം ഉച്ചയ്ക്ക് തെക്കേ അതിർത്തിയിലുള്ള ഒരു വലിയ പാറ പൊട്ടിക്കുന്ന ജോലിയിലായിരുന്നു പഴനിയപ്പൻ. ചുറ്റിക കൊണ്ട് എത്ര തന്നെ അടിച്ചിട്ടും പാറ വഴങ്ങുന്നില്ല. പാറയുടെ കാഠിന്യം കൊണ്ട് ചുറ്റിക തെറിച്ചുവരികയാണ്.

“ഇരുമ്പുപ്പോലൊ കിടക്കുന്നത്. ആപ്പുവെച്ചു പിളർന്നാലേ ശരിയാവൂ..”

പണിക്കാർക്കു നിർദേശം കൊടുത്തുകൊണ്ട് അയാൾവീണ്ടും പൂർവാധികം ഊക്കോടെ പരിശ്രമിക്കാൻ തുടങ്ങി.

ആസ്ബസ്റ്റോസ് കമ്പനിയിൽ മെഷീനുകൾ പൽച്ചക്രം കൊണ്ട് പാറയുടയ്ക്കുന്നതും ഉടഞ്ഞ കല്ലുകൾ പൊടിക്കുന്നതും രാസവസ്തുക്കൾ ചേർത്ത് അവ ഷീറ്റുകളാക്കുന്നതുമെല്ലാം നിമിഷനേരത്തേക്ക് അയാളുടെ സ്മൃതിപഥത്തിലേക്ക് ഓടിയെത്തി. അന്ന് യന്ത്രസഹായത്താൽ ജോലിക്കാരിലൊരാളായി നിന്നുകൊണ്ട് എത്ര അനായാസമായിട്ടാണ് പാറകൾ ജല്ലികളാക്കി മാറ്റിയത്!

വൈകുന്നേരമായപ്പോൾ മഴയുടെ ലക്ഷണങ്ങൾ കണ്ടുതുടങ്ങി. ആകാശത്ത് തെക്കും പടിഞ്ഞാറും കാർമേഘങ്ങൾ ഉരുണ്ടുകൂടി. തണുത്ത കാറ്റ് വീശിത്തുടങ്ങി. അടുത്തെവിടെയോ മഴ പെയ്യുന്നുണ്ട്. മണ്ണിന്റെ മണം വരുന്നു. ജോലികഴിഞ്ഞ് പണിക്കാരെ കൂലികൊടുത്തു

പറഞ്ഞയച്ചതിനുശേഷം അയാൾ ചാളയിലേക്കു മടങ്ങി. രാവിലെ ടൗണിലേക്കു പോയ നഞ്ചപ്പൻ ഇനിയും തിരിച്ചെത്തിയിട്ടില്ല. ഒരു ചാക്ക് തലയിലിട്ടു കൊണ്ട് അയാൾ കാളകളെ മഴകൊള്ളാത്തിടത്തേക്ക് മാറ്റിക്കെട്ടി.

വലിയ തുള്ളികളായി മഴ ചാറിത്തുടങ്ങി. നല്ല കാറ്റുമുണ്ട്. ചാളയ്ക്കു മുട്ടുകൊടുത്തുനിർത്തിയിരുന്ന മരത്തൂണ് ആടുന്നുണ്ട്. ഭാഗ്യത്തിന് മഴ അധികനേരം നീണ്ടു നിന്നില്ല. കാറ്റും അൽപ്പസമയത്തിനുള്ളിൽ നിലച്ചു. പുതുമണ്ണിന്റെ ഗന്ധം ആഹ്ലാദമേകിക്കൊണ്ട് എമ്പാടും വ്യാപിച്ചു. അയാൾ ബീഡി വലിച്ചുകൊണ്ട് അടുത്ത ദിവസത്തേക്കുള്ള ജോലികൾ മനസിൽ കുറിച്ചിട്ടു. മഴ പെയ്തതിനാൽ നാളെ മണ്ണു നന്നായി ഇണങ്ങും; ജോലികളും എളുപ്പത്തിൽ നടക്കും എന്നാലോചിച്ചപ്പോൾ സന്തോഷം തോന്നി.

പഴനിയപ്പൻ ജോലിക്കാർക്ക് മണ്ണുവെട്ടി കൊട്ടയിൽ നിറച്ചുകൊടുക്കുകയാണ്. മേടച്ചൂട് മൂർധന്യത്തിലായിട്ടുണ്ട്. തലയിൽ കെട്ടിയിരുന്ന ഉറുമാലഴിച്ചു മുഖം തുടച്ചവാറ്, അയാൾ മുകളിലേക്കു നോക്കി. ഒരു മേഘത്തുണ്ടുപോലുമില്ലാതെ ആകാശം ശുഭ്രമായിരിക്കുന്നു.

കർണാടകത്തിലെ കാലാവസ്ഥയും അത്യദ്ധ്വാനവും മൂലം പഴനിയപ്പന്റെ നിറത്തിനു തന്നെ വ്യത്യാസം വന്നു. എത്ര വേഗത്തിലാണ് നാളുകൾ കൊഴിയുന്നത്. ഇവിടെ വന്നതും, അടുപ്പുകൂട്ടി കഞ്ഞിവെച്ചതും ഇന്നലത്തെപ്പോലെയുണ്ട്. നാലു വർഷങ്ങൾ പോയത് അറിഞ്ഞതേയില്ല.

രണ്ടുപേരുടെയും കുടുംബങ്ങൾ ഇവിടെയെത്തി; കാടു പിടിച്ചു കിടന്ന സ്ഥലം കൃഷി ചെയ്യാനുതകും വിധം മാറ്റിയെടുത്തിരിക്കുന്നു. വാങ്ങിയ ഭൂമിയുടെ മൂന്നിലൊരുഭാഗം മെരുങ്ങിക്കഴിഞ്ഞു.

രണ്ടു മൂന്നു മൈലപ്പുറത്തുള്ള കുഗ്രാമങ്ങളിൽ നിന്നാണ് കൃഷിപ്പണിക്കുള്ള ആണാളും പെണ്ണാളും വന്നിരുന്നത്. അവരോട് കന്നഡത്തിൽ സംസാരിക്കത്തക്കവിധം പഴനിയപ്പൻ ആ ഭാഷയും പഠിച്ചിരിക്കുന്നു. രാവിലെ നഞ്ചപ്പൻ ബൈക്കുമെടുത്ത് നഗരത്തിലേക്കു പോയാൽ, ഇരുട്ടുമ്പോഴേ മടങ്ങിവരികയുള്ളൂ.

പഴനിയപ്പന് പണിയെടുക്കുകയും, ആളുകളെക്കൊണ്ട് പണിയെടുപ്പിക്കുകയും ചെയ്യേണ്ടി വന്നു. ജോലിക്കു വരുന്നവർ തങ്ങളെപ്പോലെ ഒരാളാണ് പഴനിയപ്പനും എന്നു കരുതിയ മട്ടാണ്.

ഇതിനു വിപരീതമായി നഞ്ചപ്പൻ 'ബുള്ളറ്റ് ഗൗണ്ടർ' എന്നു വിളിപ്പേര് സമ്പാദിച്ചിരുന്നു. 'ഏമാൻ വരുന്നു' എന്നു പറഞ്ഞ് പണിക്കാർ ഭവ്യതയോടെ മാറി നിന്നു വണങ്ങത്തക്കവിധം, അയാൾ ഒരു പകിട്ടിന്റെ വലയം സ്വയം സൃഷ്ടിച്ചെടുത്തു. അവിടം തന്റെ ഭൂമിയായി അറിയപ്പെടണം എന്നതിലായിരുന്നു അയാളുടെ ശ്രദ്ധ.

അരുക്കാണിയും ഏമാന്റെ ഭാര്യ' എന്ന ആദരവു നേടി. കുനിയമുത്തൂരിലെപ്പോലെ ഇവിടെയും അവൾ കാര്യമായ ജോലിയൊന്നും ചെയ്തിരുന്നില്ല.

പൊന്നമ്മാളിന്റെ സ്ഥിതിയായിരുന്നു കഷ്ടം. അടുക്കളക്കാരിയായും പണിക്കാരുടെയിടയിൽ മറ്റൊരു പണിക്കാരിയായും ജോലി ചെയ്യേണ്ടി വന്നു.

പണിക്കാർ എല്ലാവരും സാധുക്കളായിരുന്നു. അന്നന്നു കിട്ടുന്ന കൂലി കൊണ്ട് അന്നംകഴിക്കുന്നവർ. ഉടുത്തിരുന്ന മലിനവസ്ത്രങ്ങൾ കഴുകി യുടുക്കാനുള്ള വകപോലും അവർക്കുണ്ടായിരുന്നില്ല എന്ന്. കാഴ്ച യിൽത്തന്നെ മനസിലാവും. അടുത്തുചെല്ലാൻ പറ്റാത്തവിധം മടുപ്പിക്കുന്ന ദുർഗന്ധമാണ്; പതിവായി കുളിക്കുന്ന ശീലമില്ല; തുണി കഴുകാൻ മടി യുമാണ്. പിന്നെങ്ങനെ?

രാവിലെ അവർ വന്നയുടനെ തകരപ്പാത്രങ്ങളിൽ ചായയോ കാപ്പിയോ കൊടുത്തിട്ടേ പഴനിയപ്പൻ അവരെ പണിസ്ഥലത്തേക്കു നയി ക്കൂ. ചിലർ ഒന്നുംകഴിക്കാതെയാണു വരുന്നതെന്ന് അയാൾ മനസിലാ ക്കിയിരുന്നു.

പത്തു മണിയായാൽ ഒരു തൂക്കുപാത്രം നിറയെ റാഗിക്കഞ്ഞിയോ ചോളക്കഞ്ഞിയോ കഴിക്കാൻ കൊടുക്കും. അതിന്റെ ബലത്തിൽ വേണം പിന്നീടുള്ള പണി. ഉച്ചയ്ക്കു കൊടുക്കുന്ന ഭക്ഷണം അവർ അമൃതം പോലെ കഴിച്ചു. ഇതെല്ലാം തയാറാക്കുന്ന ജോലിയിലേർപ്പെടുന്നതു കൊണ്ട് പൊന്നമ്മയ്ക്ക് ഒഴിവുനേരം കിട്ടിയിരുന്നില്ല.

“ചട്ടകം കൊണ്ട് ഇളക്കുന്ന പണിയൊന്നും എനിക്കു പറ്റില്ല, പൊന്ന മ്മേ, നടുവുളുക്കും. നേരെ നിവർന്നു നിൽക്കാൻ പോലും വയ്യ. നീയാ യി. അതുങ്ങളായി. നിങ്ങടെ പാട്! എന്നു പറഞ്ഞ് അരുക്കാണി ഒഴിഞ്ഞു മാറിക്കളയും. സ്വന്തം വിശപ്പുപോലും അവഗണിച്ചുകൊണ്ട് പൊന്നമ്മ എല്ലാ ജോലികളും പുകയത്തു നിന്ന് ചെയ്യേണ്ടി വന്നു.

അന്നന്നത്തെ കൂലിക്കു പുറമേ, ആഹാരം കൊടുക്കുന്ന ഏർപ്പാട് ഇവരാണ് തുടങ്ങിവെച്ചത്. ഇവരുടെ കൃഷിയിടത്തിൽ ജോലിക്കു വന്നാൽ വിശപ്പും മാറും, കാശു കിട്ടും എന്ന വിശ്വാസത്തിൽ പണിക്കാർ ഉത്സാ ഹത്തോടെ ജോലിക്കെത്തി.

ഇതൊക്കെയാണെങ്കിലും പോകാൻ നേരത്തോ രാത്രിയിലോ തേങ്ങയും പച്ചക്കറികളും മോഷ്ടിച്ചുകൊണ്ടുപോകുകയും പതിവായി രുന്നു.

കയ്യോടെ പിടികൂടി, ഇനി ഇതാവർത്തിക്കരുതെന്നു താക്കീതു നൽകി അയച്ച സംഭവങ്ങളും ഉണ്ടായിട്ടുണ്ട്.

“ആരെങ്കിലും രണ്ടാള് ഇങ്ങനെ ചെയ്യാമ്പോയിട്ട് എല്ലാർക്കും ചീത്ത പേരു കിട്ടും. വിളമ്പുന്നതൊക്കെ തിന്നിട്ട് ഒടുവിൽ കള്ളശീലം കാണി ക്കുന്നല്ലോ” എന്നു നഞ്ചപ്പനും പ്രയാസം തോന്നി.

“വിശന്നിട്ട് വല്ലോം എടുത്തോണ്ടുപോയാൽ പോട്ടെന്നു വയ്ക്കാം. ഇതിപ്പം നമ്മളെ കളിപ്പിച്ചിട്ട്.. ഒരുമാതിരി കളിയാക്കുന്ന പണിയാ. ഇത് ആദ്യമേ തന്നെ തടയിടണം. എന്നാ? ഞാമ്പറയുന്നതല്ലേ ശരി? നഞ്ച പ്പന്റെ അഭിപ്രായം പഴനിയപ്പൻ ശരിവെച്ചു. അയാൾ അവരിൽ ചിലർക്ക്

മോഷണം കണ്ടു പിടിക്കുന്ന ജോലി ഏൽപ്പിച്ചു. കള്ളന്റെ കയ്യിൽ താക്കോൽ കൊടുത്താല് അവൻ തന്നെ നട്ടം തിരിഞ്ഞോളും. ഇപ്രകാരം തേങ്ങ മോഷ്ടിക്കുന്നവരെത്തന്നെ തെങ്ങിന്റെ ചുമതല ഏൽപ്പിക്കും – ഇനീം നിനക്കാ ഇതിന്റെ ചുമതല."

"വേലി മേയുന്ന മുള്ള് തോട്ടത്തിനു കാവലാകണം. നമ്മടെ കാലില് കൊള്ളാനും പാടില്ല. ഇവരിപ്പം, വേലിയിലെ മുള്ളെടുത്ത് അടുപ്പു കത്തിക്കാൻ കൊണ്ടുപോണപോലെയല്ല്യേ കാണിക്കുന്നത്. അതിനാ വേലി കെട്ടുന്ന പണീം കൊടുത്ത്. വേലി കാക്കുന്നവേലയും കൊടുക്കണമെന്നു പറേന്നത്. അങ്ങനാ വേണ്ടത്."

അയാൾ അങ്ങനെ ഓരോന്നു പറഞ്ഞവാറ്, പണിക്കാർ നന്നാക്കിയെടുത്തുകൊണ്ടിരുന്ന സ്ഥലം നോക്കിക്കൊണ്ടു നടന്നു. കീറപ്പഴന്തുണിയുമുടുത്തു വരുന്ന ജോലിക്കാർക്ക്, ഇയാളുടെ കാറാൻ തുടങ്ങിയ വസ്ത്രങ്ങൾ കൊടുത്ത് സഹായിച്ചു.

പെണ്ണാളുകൾക്ക് പൊന്നമ്മ വെച്ചുണ്ടാക്കുന്ന പുളിങ്കറിയും റാഗി കുറുക്കിയതും വളരെ ഇഷ്ടമായി. ഇടയ്ക്കിടെ ചോളച്ചോറും മുതിരപ്പുഴുക്കും ഉണ്ടാക്കിക്കൊടുക്കുമായിരുന്നു. അവർ അതിൽ സന്തുഷ്ടരായി. ഇതുപോലെയുള്ള ഭക്ഷണം തങ്ങളുടെ വീട്ടിലും വെച്ചു കഴിക്കണമെന്ന ആഗ്രഹം അവർക്കുണ്ടായി.

കൂലിപ്പണിക്കു വരുന്നവർക്ക് ഉച്ചഭക്ഷണം കൊടുക്കുന്നത് ഇപ്പോൾ അവിടെയൊക്കെ പതിവായിട്ടുണ്ട്. പണത്തേക്കാൾ ആഹാരം കിട്ടുമ്പോഴാണ് അവർക്ക് കൂടുതൽ സന്തോഷം. അതിനു വേണ്ടിത്തന്നെ പലരും ഇവിടെ വന്നു പണിയെടുക്കാൻ തയാറായി.

എപ്പോഴും ഏഴെട്ടുചാക്ക് റാഗി അടുക്കളപ്പുരയിൽ ഉണ്ടായിരിക്കണം. അവിടത്തെ ശീതോഷ്ണാവസ്ഥയ്ക്കു യോജിച്ച ആഹാരം റാഗി കുറുക്കിയതും, പുളിങ്കറിയും, ചീരക്കൂട്ടാനുമായിരുന്നു. പഴനിയപ്പനും പൊന്നമ്മാളിനും റാഗി കുറുക്കിയതുമായി പൊരുത്തപ്പെടാൻ ഒരു വർഷമെടുത്തു. ഒത്ത വണ്ണമുണ്ടായിരുന്ന പൊന്നമ്മ കോലുപോലെ മെലിഞ്ഞു. വെയിലേറ്റിട്ടോ അതോ മനപ്രയാസം കൊണ്ടോ എന്നറിയില്ല, തലമുടിയും അങ്ങിങ്ങു നരയ്ക്കാൻ തുടങ്ങി.

നഞ്ചപ്പന് തൂക്കം കൂടി വന്നു. തൂക്കം കുറയ്ക്കണമെന്നു ഡോക്ടർ പറഞ്ഞതിനാൽ രാവിലെ റാഗിമാവ് വേവിച്ച് മോരൊഴിച്ചു കുടിയ്ക്കും, ഉച്ചസമയത്ത് അയാൾ പട്ടണത്തിലായിരിക്കും. രാത്രി അരിഭക്ഷണം തന്നെ. അരുകാണിക്ക് റാഗി കഴിച്ചാൽ ദഹനക്കേടു വരും. അതുകൊണ്ട് എന്നും അരിഭക്ഷണം തന്നെ വേണമായിരുന്നു.

കരിങ്കല്ലു പൊട്ടിക്കാനും നിലം നിരപ്പാക്കാനും, കാളയെ പൂട്ടാനും,. അരികു കിളയ്ക്കാനും, മുള്ളു വലിച്ചു കളയാനുമൊക്കെ പഴനിയപ്പൻ അത്യധ്വാനം ചെയ്യുന്നതുകണ്ട് പൊന്നമ്മയുടെ ഉള്ളു പിടഞ്ഞു. രാപകലന്യേ വിശ്രമമില്ലാതെ അത്യധികം ശ്രദ്ധയോടെ പാടുപെടുന്നതിന്റെ

ഫലമായി കുറ്റിക്കാടായിരുന്ന ഭൂമി ഫലഭൂയിഷ്ഠമായ കൃഷിയിടമായി രൂപാന്തരപ്പെട്ടുകൊണ്ടിരുന്നു.

തന്റെ പദ്ധതികൾ വിജയകരമായി നിറവേറുന്നതിൽ നഞ്ചപ്പൻ അതീവ സന്തുഷ്ടനായി. പക്ഷേ, അതു പുറത്തേക്കു കാണിച്ചില്ല. 'ഇനിയും പണിയുണ്ട്. ചെയ്ത പണി എങ്ങും എത്തിയിട്ടില്ല. കുറച്ചു കൂടി ശ്രദ്ധവേണം.' എന്ന മട്ടിൽ അയാളുടെ സംസാരത്തിലും പ്രവൃത്തിയിലും അധികാരത്തിന്റെ ലാഞ്ചന തെളിഞ്ഞുനിന്നു.

"ഇങ്ങനെയൊക്കെയാണെങ്കിലേ ഇവിടത്തുകാർക്ക് നമ്മളെക്കുറിച്ച് ഒരു ഭയഭക്തിയുണ്ടാകത്തൊള്ളൂ. അല്ലെങ്കിൽ തലയിൽ കേറിയിരിക്കാൻ നോക്കും. അതുകൊണ്ട് നമ്മള് ഇത്തിരി കണിശത്തിലൊക്കെ നിക്കണം!" എന്ന് പഴനിയപ്പനോട് അയാൾ തന്റെ പെരുമാറ്റത്തെ ന്യായീകരിച്ചു സംസാരിക്കും ചിലപ്പോൾ.

"ഇക്കണ്ട നെലമൊക്കെ ആർക്കു വേണ്ടിയാ നമ്മളൊണ്ടാക്കുന്നെ? നമ്മളെല്ലാർക്കും വേണ്ടിയാ." എന്ന് സമാധാനിപ്പിക്കുന്ന മട്ടിലും പറയും. ഇപ്പോഴും, മുമ്പത്തെപ്പോലെ കൈത്തറി ഷർട്ടും മുണ്ടുമാണ് അയാൾ ഉപയോഗിച്ചുവന്നത്. പഴയതൊന്നും മറക്കരുത്. എന്ന് ഓർമിപ്പിക്കും. "നെനക്കു വെല കൂടിയ ഷർട്ടും ഡബിളും വാങ്ങിച്ചു തന്നിട്ടൊണ്ട്. നീ ഇടാത്തതിന് എന്തോ ചെയ്യാനാ? എന്നെ കണ്ടോ? എപ്പഴും ഒറ്റമുണ്ടല്ല്യോ ഉടുക്കുന്നെ? എന്ന് ഉടനെത്തന്നെ പറയുകയും ചെയ്യും."

ഈ കൃഷിയിടത്തിനു തെക്കുഭാഗത്തുള്ള മലയിടുക്കിൽ നിന്ന് ഒരു ചെറിയ അരുവി വടക്കോട്ടൊഴുകുന്നുണ്ട്. അതിൽ എപ്പോഴും വെള്ളമുണ്ടായിരിക്കും. മഴക്കാലത്ത് കൂടുതൽ വെള്ളം വരും. ആ വെള്ളം ഒണ്ണലിയുടെ അടുത്തുള്ള തടാകത്തിലാണ് ചെന്നെത്തുക.

ഇവിടെ കുടിയേറിയിട്ട് ഒന്നരവർഷത്തിനു ശേഷമാണ് കിണറ്റിന്റെ പണി മുഴുവനായത്. എങ്കിലും കിണറ്റിലെ വെള്ളം കൃഷിയുടെ ആവശ്യത്തിന് തികഞ്ഞില്ല. അതിനാൽ അരുവിയിൽ നിന്ന് ഒരു ചെറിയ തോടു വെട്ടി, വെള്ളം കിണറ്റിലേക്ക് ഒഴുക്കിവിട്ടു. ഇങ്ങനെ ചെയ്തപ്പോൾ രണ്ടു മോട്ടോർ വെച്ച് ദിവസം മുഴുവനും കൃഷിക്കു വെള്ളമെടുക്കാൻ കഴിഞ്ഞു. ഇതറിഞ്ഞ് ഒണ്ണലി ഗ്രാമത്തലവൻ എതിർപ്പുണ്ടാക്കി. നഞ്ചപ്പൻ തന്റെ വാക്ചാതുരിയും ചാരായഗന്ധവും കൊണ്ട് ആ പ്രശ്നം പരിഹരിച്ചെടുത്തു.

അഞ്ച്

രാമൻചെട്ടിപ്പാളയത്തിൽ ചെന്ന് അമ്മയേയും തന്റെ മക്കളെയും കണ്ടിട്ടു വരണമെന്ന് പൊന്നമ്മയ്ക്കും പഴനിയപ്പനും അതിയായ ആഗ്രഹമുണ്ടായിരുന്നെങ്കിലും സന്ദർഭങ്ങളൊന്നും ഒത്തുവന്നില്ല. അവരെക്കുറിച്ചോർക്കുമ്പോൾ മനസു വല്ലാതെ വിഷമിക്കും. അവൾക്ക് ഒറ്റയ്ക്ക് ചെന്നിരുന്നു കരയുകയേ നിർവാഹമുണ്ടായിരുന്നുള്ളൂ.

പഴയനിയപ്പൻ 'ആള് പാതി'യായി. തന്റെ അവസ്ഥ ജയിൽപ്പുള്ളിയുടേതു പോലെയായല്ലോ എന്ന് അയാൾ ഉള്ളാലെ സങ്കടപ്പെട്ടു. എല്ലാത്തിനും കാരണം താൻ തന്നെയാവുമോ എന്ന് അയാൾ ഇടയ്ക്കിടെ ആത്മപരിശോധന ചെയ്തു പോന്നു.

ചാളയുടെ പുറത്ത് പഴനിയപ്പൻ കട്ടിലിൽ കിടക്കുകയാണ്. ആകാശത്ത് നക്ഷത്രങ്ങൾ മിന്നിത്തിളങ്ങുന്നു. അതു കണ്ടപ്പോൾ തൂക്കണാംകുരുവികൾ കൂട്ടിനുള്ളിൽ കുഞ്ഞുങ്ങൾക്കു തുണയായി മിന്നാമിനുങ്ങുകളെ കൊണ്ടുവെച്ചിട്ട് ഇരതേടാൻ പോകുന്നത് ഓർമവന്നു.

അച്ഛനമ്മമാരില്ലാത്ത തനിക്ക് ജീവിതത്തിൽ ശുഭാപ്തി വിശ്വാസമുണ്ടാവാനായി, പ്രകൃതി ആകാശത്തിലെ നക്ഷത്രങ്ങളെ കാണിച്ചു തരികയാവും.. മനസ്സ് അൽപ്പം ശാന്തമായതുപോലെ... എങ്കിലും ഉറങ്ങാൻ കഴിഞ്ഞില്ല. അത്രയധികം ജോലികൾ കുമിഞ്ഞു കിടക്കുന്നുണ്ട്.

രണ്ടാഴ്ചയായി നല്ല മഴയുണ്ട്. തെക്കുഭാഗത്തുള്ള കുന്നുകളുടെ താഴ്വരയിൽ നിന്ന് മണ്ണും കുറ്റിച്ചെടികളും ഒലിച്ചുവന്ന് വേലിയ്ക്കടുത്ത് പുതഞ്ഞു കിടന്നു. വെയിലുദിച്ച് മണ്ണുണങ്ങിയിട്ടുവേണം അവിടെമെല്ലാം ഉഴുതിടാൻ. ഒന്നു രണ്ടു തവണ കൃഷി ചെയ്യാനുള്ള വളം എക്കലിലുണ്ട്.

തനിച്ചിരിക്കുമ്പോഴെല്ലാം മനസ്സ് ആത്മപരിശോധനയ്ക്കൊരുങ്ങുന്നത് അയാളറിഞ്ഞു. ഈ മണ്ണ്, ഇവിടെ അർപ്പിച്ചിട്ടുള്ള അധ്വാനം ഇവ

യെക്കുറിച്ചാലോചിക്കുമ്പോൾ ജീവിതത്തിൽ അഭിവൃദ്ധിയുടെ നാമ്പുകൾ പൊടിക്കുമെന്ന പ്രത്യാശ അയാളിലുണ്ടായി. എങ്കിലും ഒപ്പമുള്ളവരിൽ വിശ്വാസമർപ്പിച്ചുകൊണ്ട് ഈ വൃത്തത്തിനുള്ളിൽത്തന്നെ ജീവിതം നയിക്കേണ്ടിവരുമെന്നത് ഉറപ്പായി.

അധ്വാനിക്കുകയും ഉണ്ണുകയും ചെയ്യുന്നതിൽ മാത്രം തൃപ്തിപ്പെട്ടുകൊണ്ടിരുന്നാൽ ഭാവിയെന്നത് സ്വപ്നമായിത്തന്നെ തുടരും എന്നതിനെക്കുറിച്ചൊന്നും അയാൾ ആലോചിച്ചില്ല.

"ഇവിടെ നമുക്കു ബന്ധുവും ചങ്ങാതിയുമായിട്ട് നഞ്ചപ്പനേയുള്ളൂ! അവന് നമ്മടെ ബദ്ധപ്പാടുകളൊക്കെ നല്ലോണം അറിയാം. നമ്മള് പെടാപാടു പെട്ട് മണ്ണില് പൊന്നുവെളയിക്കുന്നത് അവൻ കാണുന്നതല്ലേ? അതിന്റെ ഫലം നമക്കു കിട്ടാതിരിക്കുമോ? അതിപ്പം ആർക്കും തട്ടിപ്പറിച്ചുകൊണ്ടുപോകാൻ പറ്റുകേല." എന്ന് ഇടയ്ക്കൊക്കെ ഭാര്യയോടു പറയും.

പഴനിയപ്പൻ രാപ്പകലില്ലാതെ ക്ഷീണം വകവെയ്ക്കാതെ അധ്വാനിക്കുന്നതിനു കാരണം നഞ്ചപ്പന്റെ പ്രോത്സാഹനമായിരുന്നു. അയാൾക്ക് അതിനു പ്രത്യേക സാമർഥ്യം തന്നെയുണ്ട്.

"നമ്മളെ ആവേശം കണ്ടാല്, പേയും പിശാചുമൊക്കെ പേടിച്ചോടണം. ഇവര്ട അടുത്തു പോയാ വെട്ടിനുറുക്കിക്കളയുമെന്ന് കള്ളന്മാർക്കൊക്കെ പേടി തോന്നണം. അല്ല, ആലോചിച്ചുനിൽക്കുവാണോ, ഞാമ്പറയുന്നതും കേട്ടു നിൽക്കുന്ന നേരം കൊണ്ട് രണ്ട് പാട്ട വെള്ളം കോരാമായിരുന്നു.

നഞ്ചപ്പൻ പ്രത്യക്ഷമായി, നിസ്സങ്കോചം ഇങ്ങനെ ശാസിച്ചുപണിയെടുപ്പിച്ചു. തൊഴുത്തു മുതൽ നിലത്തിന്റെ മുക്കുംമൂലയും വരെ അയാൾക്ക് ഉള്ളങ്കൈയിലെ രേഖപോലെ വ്യക്തമായി അറിയാമായിരുന്നു.

"പോണേൽ പോട്ടെന്നു വെച്ച് ചെലവു നോക്കാതെ ഞാൻ തൊഴുത്തില് രണ്ടു ഫാൻ മേടിച്ചിട്ടിരിക്കുന്നതെന്തിനാ? ഇങ്ങനെ ചെള്ളും കൊതുകും കടിച്ചാ കന്നാലികള്ക്ക് ഒരിടത്തു സ്വൈരമായിട്ടു കിടക്കാൻ പറ്റുവോ? ഞാനെന്തിനാ ഇതൊക്കെ ചെയ്തു കൂട്ടുന്നെ? മനുഷ്യനാണേലും കന്നാലികളാണേലും സൊഖവായിട്ടു കഴിയാനല്ലേ? ലൈറ്റിടുമ്പത്തന്നെ ഫാനിന്റെ സ്വിച്ചും കൂടെയിട്ടിരുന്നേല് അതുങ്ങള് ഈ കടി കൊള്ളണോ? അടുത്തുചെന്നു നോക്ക്. അതുങ്ങടെ പൊറത്ത് എത്രതടിപ്പൊണ്ടെന്ന്, അറിയാം. പാവങ്ങള് സ്വസ്ഥതയില്ലാതെയാ നിക്കുന്നത്. ആലോചനയില്ല. അതാ. ഓരോന്നും പറഞ്ഞു ചെയ്യിക്കാൻ പറ്റുമോ? കണ്ണെത്തുന്നിടത്തു കൈയെത്തണം. മനസിലായോ?" തൊഴുത്തിൽ ശോച്യാവസ്ഥയെക്കുറിച്ച് വീണ്ടും ഓരോന്നു പറഞ്ഞുകൊണ്ട് അയാൾ മൊന്തയിലെ വെള്ളം മുഴുവൻ കുലുക്കുഴിഞ്ഞു തീർത്തു.

വീടിനു മുന്നിൽ അൽപ്പം വടക്കു നീങ്ങി, വെള്ളം നിറച്ചു വെക്കുന്ന തോട്ടിയുടെ അടുത്ത് ഒരു ആൽമരം തഴച്ചു വളർന്നുനിന്നിരുന്നു. അതിനു

ചുറ്റും സിമന്റു തറ കെട്ടിച്ചു. എന്നിട്ട് വിനായകചതുർഥി ദിവസം ഒരു ഗണപതിവിഗ്രഹം കൊണ്ടുവന്ന് കിഴക്കോട്ട് നോക്കി പ്രതിഷ്ഠിച്ചു. അമ്പലം പോലെ ചെറിയ ഒരെടുപ്പും നിർമിച്ചു. തിങ്കളാഴ്ചയും വെള്ളിയാഴ്ചയും രാവിലെ നേരത്തെ കുളിച്ച് പൂജചെയ്തതിനുശേഷമേ ആഹാരം കഴിക്കുകയുള്ളൂ എന്നൊരു നിഷ്ഠയും നഞ്ചപ്പൻ പാലിച്ചുപോന്നു.

വീട്ടിനുള്ളിലും ഒരു ഭാഗം പൂജാമുറിയാക്കി, അവിടെ പല ദൈവങ്ങളുടെയും ചിത്രങ്ങൾ വെച്ചിരുന്നു.

"ഇവിടെ നമ്മള് പൂജിക്കുന്നതൊക്കെ നേരത്തെ നമ്മടവിടെ പൂജിച്ചിട്ടൊള്ള ദൈവങ്ങളെയാ, ആഹാരോം നമ്മള് അവിടത്തെപ്പോലെയാ ഉണ്ടാക്കിക്കഴിക്കുന്നെ. ഉടുക്കുന്നതും നമ്മടെ രീതിത്തന്നെ. അവിടെ കൃഷിചെയ്യുന്നതൊക്കെതന്നാ ഇവിടേം നമ്മളു ചെയ്യുന്നെ. പിന്നെ ഒരു വ്യത്യാസമെന്താന്നു വെച്ചാല്, നാട്ടീന്ന് ഇത്രേം ദൂരെ ഇങ്ങുവന്നു, അത്രേ ഉള്ളു. അതുകൊണ്ടിപ്പം എന്തവാ കൊഴപ്പം? അവിടെത്തെക്കാളും നന്നായിട്ടല്യേ കഴീന്നെ? അല്ല, ഞാമ്പറയുന്നതു ശരിയല്യോ?"

സ്വന്തം നിലപാടിനെ അയാൾ ഇങ്ങനെ സാധൂകരിച്ചു സംസാരിക്കും. അയാളുടെ ഭക്തിയും മറ്റും മുമ്പുതന്നെ ഉണ്ടായിരുന്നതാണെന്ന് പഴനിയപ്പനും വിശ്വസിച്ചു.

നഞ്ചപ്പന് ആളുകളുടെയിടയിലുള്ള സ്വാധീനം വർധിച്ചുവന്നു. കുനിയമുത്തൂരിലെ ചില ശീലങ്ങൾ അയാൾ ഇവിടെയും പിന്തുടർന്നു. അതിലൊന്ന്, പൂശാരിയുടെ തൊഴിലാണ്. സുഗുണാപുരത്തിലെ മാരിയമ്മൻ തന്നോടൊപ്പം കർണാടകത്തിലേക്കു വന്നിരിക്കുന്നു എന്ന്, ഇവിടെ താമസം തുടങ്ങി ആറുമാസം കഴിഞ്ഞപ്പോൾത്തന്നെ അയാൾ ഉറഞ്ഞു തുള്ളി അരുളപ്പാടു ചെയ്തു.

ചിലപ്പോൾ ഉറക്കത്തിൽ നിന്നു പെട്ടെന്നുണർന്ന്, അല്ലെങ്കിൽ പൂജ നടത്തുന്നതിനിടെ അയാൾ ഉറഞ്ഞു തുള്ളും. ആവേശംകൊണ്ട് നാടിന്റെ ക്ഷേമം, വീടിന്റെ ക്ഷേമം എന്നൊക്കെ വിളിച്ചുപറയും. പഴനിയപ്പൻ കുടം നിറയെ വെള്ളം കൊണ്ടുവന്ന് അയാളുടെ തലവഴി അഭിഷേകം ചെയ്യും. എന്നിട്ട് കയ്യും കെട്ടി, ഭക്തിയോടെ അയാളുടെ അരുളപ്പാട് കേട്ടു നിൽക്കും.

നഞ്ചപ്പൻ കണ്ണടച്ച് പാട്ടിന്റെ രീതിയിലാണ് അരുളപ്പാട് ചൊല്ലുക. ഓരോ വരിയും ചൊല്ലിക്കഴിയുമ്പോൾ, ശാമീ.. ശാമീ.. എന്ന് ചുറ്റും കൂടി നിൽക്കുന്ന ജനങ്ങൾ കോറസ്സായി ഈണത്തിൽ പറയും. "ഞങ്ങ എന്താ ചെയ്യണ്ടേന്ന് ചൊല്ലിയാട്ടെ, ശാമീ' ഞങ്ങള് അവിടത്തെ മക്കള്, കുറ്റങ്ങൊറവുകളൊക്കെ പൊറുക്കണേ, അമ്മാ... എന്താ വേണ്ടേ.. ന്ന് അരുളപ്പാടു ചെയ്യണേ..." അവിടെയുള്ളവർ ഇങ്ങനെ അപേക്ഷിക്കുന്നതും പതിവായി.

അൽപ്പം കഴിഞ്ഞ് ബോധം തെളിഞ്ഞവനെപ്പോലെ നഞ്ചപ്പൻ സാധാരണ നിലയിലേക്കു മടങ്ങും. ചുറ്റുമുള്ളവർക്ക് ഭസ്മം കൊടുക്കും. കന്നു

കാലികൾക്ക് തീർഥം തെളിക്കാൻ പറയും. സുഖമില്ലാത്തവയ്ക്കും പണിയെടുക്കാതെ മടി കാണിക്കുന്ന കാളകൾക്കും തീർഥം മരുന്നിന്റെ ഫലം ചെയ്യുമെന്ന് അയാൾ അവരെ പറഞ്ഞു വിശ്വസിപ്പിച്ചു.

അങ്ങനെയിരിക്കെ ഒരു ദിവസം, കുന്നത്തൂർക്കു പോകണമെന്നു പറഞ്ഞ് നഞ്ചപ്പൻ നേരത്തെ പുറപ്പെട്ടു. അയാളുടെ മച്ചുനന്റെ കുടുംബം അവിടെയുണ്ട്. അവരെ ഇവിടേക്കു കൂട്ടിക്കൊണ്ടുവരാനുള്ള ഏർപ്പാടുകളിലായിരുന്നു അയാൾ. ഒരാഴ്ച കഴിഞ്ഞപ്പോൾ തുളസിയമ്മയെയും ആറുവയസുള്ള മകൾ, നാലുവയസുകാരനായ മകൻ എന്നിവരെയും കൊണ്ട് സുബ്ബണ്ണൻ എത്തി.

അധ്വാനിച്ചു ശീലിച്ച ശരീരം. കുന്നത്തൂരിൽ കർഷകത്തൊഴിലാളിയായി ജീവിക്കുകയായിരുന്നു അയാൾ. രണ്ടേക്കർ വരണ്ട കൃഷിഭൂമിയും അയാൾക്കു സ്വന്തമായുണ്ടായിരുന്നു. അയാളുടെ ഭാര്യക്കും പാടത്തുപണിയും പറമ്പുപണിയും നന്നായി അറിയാം.

മക്കളില്ലാത്ത തനിക്ക് ബന്ധുക്കളുടെ കുട്ടികളെ ലാളിച്ചും സ്നേഹിച്ചും ആ കുറവു നികത്താമെന്ന് അരുക്കാണി ആത്മാർഥമായി ആശ്വസിച്ചു. തന്റെ സഹോദരന്റെ കുട്ടികളെ സ്നേഹം ചൊരിഞ്ഞു വളർത്താൻ ശീലിച്ചു.

നഞ്ചപ്പൻ ടൗണിൽ നിന്നു മടങ്ങിയെത്തുമ്പോൾ രാത്രി പത്തുപതിനൊന്നു മണിയാകും. അകലെ നിന്നു തന്നെ 'ബുള്ളറ്റിന്റെ ടപടപ ശബ്ദം കേൾക്കാം. വണ്ടിയിലുള്ള ഒരു പെട്ടിയിൽ ബ്രാണ്ടിയും അനുബന്ധസാധനങ്ങളും. മറ്റേതിൽ മച്ചുനന്റെ കുട്ടികൾക്കുള്ള പലഹാരങ്ങളും..

'മാമനും മച്ചാനും ഒരുമയോടെ കഴിയുവാണെങ്കില് ഒരുവനും ഇവിടെ വേണ്ട' എന്ന വർത്തമാനത്തിനിടെ ബന്ധുത്വത്തിന്റെ മഹത്വത്തെക്കുറിച്ച് നഞ്ചപ്പൻ തട്ടിവിടും. സ്വന്തം മനസിലെ കണക്കുകൂട്ടൽ പ്രകാരം പണിക്കാരുടെ എണ്ണം വർധിപ്പിച്ചു. അവരെയെല്ലാം കുടുംബസമേതം കൊണ്ടുവന്ന് കൂടാരങ്ങൾ കെട്ടിത്താമസിപ്പിച്ചു. ക്രമേണ അയാൾ ഇവരുടെയെല്ലാം നേതാവായി മാറുന്നത് മറ്റുള്ളവരേക്കാൾ മുമ്പേ പഴനിയപ്പൻ മനസിലാക്കി.

മഞ്ഞൾ, നെല്ല്, കരിമ്പ് എന്നിവയ്ക്കെല്ലാം നല്ല വിളവുകിട്ടി. പതിനഞ്ചേക്കർ സ്ഥലം പച്ചപുതച്ച്, കണ്ണിനു കുളിർമയേകിക്കൊണ്ട്, സമൃദ്ധിയെ വിളമ്പരം ചെയ്തുകൊണ്ട് പരന്നു കിടന്നു. കിണറിന്റെ പടിഞ്ഞാറു ഭാഗത്തെ ഭൂമിയിൽ ഉറച്ച മണ്ണല്ലാത്തതുകൊണ്ട് ആ ഭാഗം വാഴകൃഷിക്കായി ഒരുക്കിയിട്ടു. നടീലിനുള്ള കരിമ്പിൻ തുണ്ടുകളും വാഴക്കന്നുകളും കൊണ്ടു വരാനായി സുബ്രഹ്മണ്ണനും പഴനിയപ്പനും രണ്ടു കാളവണ്ടികളിൽ പുറപ്പെട്ടു.

രണ്ടുപേരും ഏതാണ്ട് സമപ്രായക്കാരാണ്. ചെറുപ്പം മുതലേ തന്നെ പരിചയവുമുണ്ട്.

"ഇവിടെ വന്നിട്ട് ഇവിടത്തെ രീതികളൊക്കെ നീയ് നന്നായി പരിചയിച്ചു. അല്ലേ പഴയനിയപ്പാ?"

“ങാ, കൊറേ നാളുകൊണ്ട് അതങ്ങു ശരിയായെന്നു വെച്ചോ. ഇവിടുത്തുകാരടെയടുത്തുനിന്ന് ഒന്നും പഠിച്ചില്ലേലും നമ്മടെ രീതികളൊക്കെ പഠിച്ചിട്ട് ഇവര് മാറിവരുന്നൊണ്ട്.”

സുബ്ബണ്ണൻ അതു ശരിവെച്ചു.

കടത്തെരുവുകൾക്കും ആൾക്കൂട്ടത്തിനുമെല്ലാം വിളക്കെണ്ണയുടെ മടുപ്പിക്കുന്ന ഗന്ധമാണ്. തലയിൽ തേയ്ക്കുന്നതും ഇതേ എണ്ണതന്നെ. ആദ്യമൊന്നും അവരുടെ ചുറുചുറുക്കില്ലായ്മ ശ്രദ്ധയിൽ പെട്ടിരുന്നില്ല. പിന്നിടാണ് അലസത, അവരുടെ സുഖലോലുപതയ്ക്കുള്ള ഉപാധിയാണെന്നു വെളിവായത്.

കുളിക്കുന്നതിനാൽ ശരീരത്തിനും നനയ്ക്കുന്നതിനാൽ വസ്ത്രങ്ങൾക്കും കേടു വരുമെന്നായിരുന്നു അവരുടെ ധാരണ. ആ അജ്ഞതയിൽ നിന്നു കരകയറാൻ കുടിയേറ്റക്കാരുടെ പെട്ടെന്നുള്ള രംഗപ്രവേശം കാരണമായി.

വിവിധതരം ധാന്യങ്ങളുണ്ടെന്നും അവ ഇവിടെത്തന്നെ വിളവെടുക്കാമെന്നുമുള്ള അറിവ് കുടിയേറ്റക്കർഷകരിൽ നിന്നുമാണ് പണിക്കാർ മനസിലാക്കിയത്. അതുപോലെ നല്ല ആഹാരവും നല്ല വസ്ത്രവും പരിചയമായതും ഇവരിലൂടെതന്നെ.

ഇത്തരം അനുഭവസാക്ഷ്യങ്ങൾ പങ്കുവെച്ചുകൊണ്ട് അവർ വണ്ടി തെളിച്ചു. കാളകൾ അതിവേഗം നടന്നു. കിഴക്കും തെക്കുമുള്ള മലനിരകളുടെ കൊടുമുടികൾ ചക്രവാളത്തിൽ ഉരുമ്മിനിൽക്കുന്നതായി തോന്നി.

അന്നന്നത്തെ ജോലികൾക്കു ശേഷമോ അതല്ലെങ്കിൽ അകലെ എന്തെങ്കിലും കാര്യസാധ്യത്തിനായി പോയി വന്നതിനുശേഷമോ ഇവർ രണ്ടുപേരും നഞ്ചപ്പന്റെ മുന്നിൽ കൂലിപ്പണിക്കാരെപ്പോലെ കൈയും കെട്ടി നിന്ന് കണക്കുബോധിപ്പിക്കുന്നതു കാണുമ്പോൾ പൊന്നമ്മയ്ക്ക് സങ്കടവും ദേഷ്യവും വരും.

ഭർത്താവിനോട് അവൾ അതു വെളിപ്പെടുത്തിയിട്ടുണ്ട്.

“ഇങ്ങനെ നിന്നോണ്ടുതന്നെ പറഞ്ഞില്ലെങ്കി അയാളു നിങ്ങളെയങ്ങു തല്ലുമോ? അയാളെ ഒപ്പം തിണ്ണേലിരുന്നു പറഞ്ഞൂടെ? എന്തു കാര്യമാണേലും ധൈര്യമായിട്ട് വെട്ടൊന്ന് തുണ്ടുരണ്ടെന്ന് അങ്ങു പറഞ്ഞേക്കണം. എന്തിനാ തല കുനിച്ചുകൊടുക്കാൻ പോന്നെ?” എന്നു ബോധവൽക്കരിക്കാനും അവൾ ശ്രമിച്ചിട്ടുണ്ട്. എന്നാൽ അവയൊക്കെ നിഷ്ഫലമായതേയുള്ളൂ. പഴനിയപ്പനിൽ ഒരുമാറ്റവും ഉണ്ടായില്ല. അയാൾക്കു പറയാനുള്ളത് ഇതായിരുന്നു.

“അയാൾ കണക്കു ചോദിച്ചാ ചോദിക്കട്ടേന്ന്. നമക്കൊള്ളത് എവിടെപ്പോകാനാ? ഒപ്പത്തിനിരുന്നു പറഞ്ഞകൊണ്ട്, കൂടുതലായിട്ട് ഒന്നും ഒണ്ടാകാൻ പോന്നില്ല.”

തുളസിയമ്മാൾക്കും ഇതേപോലെ മനപ്രയാസമുണ്ട്. സുബ്ബയ്യൻ തന്റെ മച്ചുനനാണെന്ന് നഞ്ചപ്പൻ പ്രവൃത്തിയിൽ കാണിക്കുന്നതേയില്ല.

മറ്റു പണിക്കാരുടെയിടയിലൊരാളായിട്ടാണ് തന്റെ ഭർത്താവിനെയും കണക്കാക്കിയിരിക്കുന്നതെന്ന് അവർക്കു മനസിലായി.

നഞ്ചപ്പനാണെങ്കിൽ, തനിക്ക് മര്യാദേം ബഹുമാനോം ഒന്നും അളന്നുകൊടുത്തോണ്ടിരിക്കാൻ നേരമില്ലെന്ന മട്ടിൽ പതിവുപോലെ കാര്യങ്ങൾ നടത്തിക്കൊണ്ടിരുന്നു. വെറ്റിലച്ചെല്ലവും സിഗററ്റുപെട്ടിയും വെള്ളിയിൽ പണിതീർപ്പിക്കാനുള്ള ആലോചനയിലായിരുന്നു അയാൾ.

അയാളെ നിയന്ത്രിക്കാനും, ശാസിക്കാനും ആർക്കും കഴിവുണ്ടായിരുന്നില്ല. അതുകൊണ്ടുതന്നെ അയാൾ എല്ലാകാര്യത്തിലും നേതൃസ്ഥാനീയനായിക്കൊണ്ടിരിക്കുകയാണെന്ന് മനസിലാക്കാൻ പ്രയാസമുണ്ടായില്ല. അയാളറിയാതെ ഒരില പോലും അനങ്ങുകയില്ലെന്ന നിലയാണ്. പഴനിയപ്പന് അതു നല്ലവണ്ണം മനസിലായി. വീട്ടിൽ കൂടുതൽ പണം സൂക്ഷിക്കാറില്ല. അപ്പഴപ്പഴത്തെ ചെലവുകൾക്കും, ജോലിക്കാർക്കും കൂലി കൊടുക്കാനുള്ളതും മാത്രമേ ഉണ്ടാവൂ.

കൃഷിയിൽ നിന്നുള്ള വരുമാനം മുഴുവനും അയാൾ ചാമരാജ് നഗർ ബാങ്കിൽ നിക്ഷേപിച്ചുപോന്നു. 'ഇത്തവണത്തെ വരുമാനം എത്രയാണ്?' എന്നു ചോദിക്കാൻ ആരും ഉണ്ടായിരുന്നില്ല. എന്നാൽ ചെലവിന്റെ കാര്യം വരുമ്പോൾ സകല സംഗതികൾക്കും അയാൾ എണ്ണിയെണ്ണി കണക്കു പറയും.

'കൃഷിയെന്നു പറഞ്ഞാ വെറുതെയാണോ? മണ്ണിന് വല്ലതും കിട്ടണമെങ്കി കൈയീന്നു വല്ലതും നല്ലോണം ചെലവാക്കണം. എന്നൊക്കെ ന്യായവാദം പറഞ്ഞുകൊണ്ട്, മുണ്ടിൽ ചേറു പുരളാതെ നടന്നുപോകും.

വളം വിൽക്കുന്ന കടക്കാർ, ജൗളിക്കടക്കാർ എന്നിങ്ങനെ ധനികരുമായി അയാൾ സൗഹൃദം സ്ഥാപിച്ചുകൊണ്ട് അന്തസ്സുവർധിപ്പിക്കാനും ഇതിനിടെ ശ്രമിച്ചുവന്നു. എങ്കിലും തനിക്കു സന്താനഭാഗ്യം ഇല്ലാതെ പോയതിൽ അയാൾക്കു മനപ്രയാസമുണ്ടായിരുന്നു. അതു മറക്കാൻ നഞ്ചപ്പൻ മദ്യത്തെ അഭയം പ്രാപിച്ചു.

ചിലപ്പോഴൊക്കെ നഞ്ചപ്പന്റെ അതിരു കടന്ന സംസാരം മൂലം, പഴനിയപ്പന്റെ ക്ഷമ നശിക്കുന്ന അവസരങ്ങളും സംജാതമാകാറുണ്ട്. അത്തരം സന്ദർഭങ്ങളിൽ രണ്ടുപേരും വാഗ്വാദത്തിലൂടെ ഏറ്റുമുട്ടിയേക്കുമോ എന്ന് മറ്റുള്ളവർക്ക് ഭയം തോന്നും. അന്തരീക്ഷം അത്രകണ്ടു പ്രക്ഷുബ്ധമാവും. പക്ഷേ പഴയനിയപ്പൻ സ്വയം നിയന്ത്രിച്ച് ഒതുങ്ങിക്കളയും. മനസിന്റെ സംഘർഷം ഒഴിവാക്കാൻ അയാൾ വയൽവരമ്പിലൂടെ ഏകനായി നടന്നുപോവും. മനസ്സ് അടങ്ങി, ശാന്തമായതിനുശേഷമേ വീട്ടിലെത്തൂ.

ഇതിനിടെ ഭൂമിയിൽ നിന്നു നല്ല വിളവുകിട്ടുന്നുണ്ടെന്നറിഞ്ഞ് കോനാരും സുഹൃത്തും കൂടി നഞ്ചപ്പനെ അന്വേഷിച്ചു വന്നു. അയാൾ അവർക്ക് ഊഷ്മളമായ വരവേൽപ്പു നൽകി. നല്ല ഭക്ഷണവും കിടക്കയും കൊടുത്തു.

"എന്നാൽ ഞങ്ങളിറങ്ങട്ടെ? എന്നു ഇടയ്ക്കിടെ പറഞ്ഞുപറഞ്ഞ് അയാൾ നേരം കളഞ്ഞുകൊണ്ടിരുന്നു. ഇവർ എന്തിനുള്ള പുറപ്പാടാണെന്ന് നഞ്ചപ്പന് മനസിലായി.

"ഓ, അങ്ങനെയാട്ടെ! എന്ന് അയാളും കൈ കൂപ്പി.

"പോണേനു മുമ്പ് ഞങ്ങൾ എന്തിനാണു വന്നതെന്നും കൂടി പറഞ്ഞിട്ടു പോകാം." കോനാർ പറഞ്ഞു തുടങ്ങി. "ഞങ്ങടെ ഭൂമീം കൂടെ ഭാഗം തിരിച്ചുതന്നാല്, ഞങ്ങൾക്കും ഇവിടെ കൃഷിയിറക്കാൻ സൗകര്യമായിരിക്കും."

വെറ്റില ചവച്ചും കൊണ്ട് നഞ്ചപ്പൻ "ഉം... ഉം..." എന്ന് കേട്ടിരുന്നു.

പറേന്നതൊക്കെ ശരിയാ... പക്ഷേ ഇവിടെ വന്നു ഭാഗം ചോദിക്കുന്നതാ തെറ്റ്.'

"എന്തോന്നു തെറ്റ്?" അയാൾ ശബ്ദമുയർത്തി. അതുകേട്ട് നഞ്ചപ്പനും ഒച്ചയെടുത്തു.

"എന്തോന്നു തെറ്റോ? ഞാമ്പറയാം. കേട്ടോ. മനുഷ്യര് കേറാൻ പേടിച്ചിട്ട് കാടുപോലെ കെടന്ന ഈ സ്ഥലം ഞങ്ങള് എല്ലുവെള്ളമാക്കി കഷ്ടപ്പെട്ടു നന്നാക്കുമ്പൊ നിങ്ങളൊക്കെ എവിടാരുന്നു? രാത്രില് വല്ല നരിയോ പുലിയോ കടിച്ചുതിന്നാൽ പോലും ആരുമറിയത്തില്ല. പാടുപെട്ട് നെലം നന്നാക്കിയെടുത്തപ്പൊ ഇതിന്റെ പച്ചപ്പ് നിങ്ങളെ കണ്ണിനങ്ങു പിടിച്ചു പോയി. അല്യോ? ഭാഗം ചോദിക്കാനെറങ്ങീരിക്കുന്നു. മിണ്ടാതെ പൊക്കോ."

"അപ്പൊ ഞങ്ങക്ക് ഒന്നുമില്ലെന്നാണോ? ഞങ്ങള് കാശെറക്കിയത് വെറുതെയായോ? ആകെ ഭൂമി നാലായി തിരിച്ച് ഓരോരുത്തർക്കും ഓരോ ഭാഗം എന്നു നീ പറഞ്ഞതു കള്ളമാണോ? ഓർമിച്ചുനോക്ക്. നെഞ്ചത്തു കൈവെച്ച്പറയ്." രണ്ടുപേരും ഒരേ സ്വരത്തിൽ ചോദിച്ചു.

"... ദേ നോക്കിയേ! എനിക്കും മനസ്സൊക്കെയൊണ്ട്. നിങ്ങളെക്കാളും ദയയുമുണ്ട്. വന്നാട്ടെ. നമക്ക് ആ തെക്കുഭാഗത്തു ചെന്നു നോക്കാം. അവിടെ ഏഴെട്ട് ഏക്കറിലും കൂടുതൽ സ്ഥലമുണ്ട്. അതു നിങ്ങള് രണ്ടുപേരും കൂടെ വീതിച്ചെടുത്തോ."

"അയ്യോ. ആ പാറപ്പൊറത്ത് ഞങ്ങളെന്തു ചെയ്യാനാ?"

"ങാ, ഈ കാണുന്നേടമൊക്കെ ഇതിലും വെല്യ കഷ്ടത്തിലാരുന്നു. അതാ ഇത്രേം നാളുകൊണ്ട് ശരിയാക്കിയെടുത്തത്. ഇപ്പഴാ കൃഷി തൊടങ്ങിയത്. അതുപോലെ നിങ്ങളും വന്നു കൃഷിയെറക്കിക്കോ! ആരെങ്കിലും വേണ്ടെന്നു പറഞ്ഞോ?"

"എല്ലാർക്കും സമഭാഗമാന്നു പറഞ്ഞാ അതു ഞായം. ഇപ്പൊ ഇങ്ങനെ പറേന്നത് അന്യായമാ."

"ഇവിടെ വന്നു ഞായോം അന്യായോം പറയാൻ നിങ്ങൾക്ക് അവകാശമൊന്നുമില്ല. നെലം മുഴോനും എന്റെ മാത്രം പേരിലാ. ഞാനാ അവകാശി. അതു ഞാൻ എവിടെ വേണേലും വന്നു പറയാം. നിങ്ങളിപ്പം പോയാട്ടെ.

നഞ്ചപ്പൻ അവരെ തല്ലിയില്ലെന്നേ ഉള്ളൂ. വിരട്ടി അയച്ചുകളഞ്ഞു. പഴനിയപ്പൻ അതിനെക്കുറിച്ച് ആലോചിച്ചു നോക്കി.

അപ്പൊ, തനിക്കുപോലും ഈ ഭൂമിയിൽ നിയമപരമായി പൂർണഅവകാശമില്ലെന്നാണോ? എല്ലാത്തിനും അവകാശി അയാളാണെന്നമട്ടിലല്ലേ സംസാരിക്കുന്നത്?

അയാളുടെ മനസ്സ് ചഞ്ചലമായി. ഇതുവരെ തോന്നിയിട്ടില്ലാത്ത ഒരു സംശയം മനസിൽ മുളപൊട്ടി. അയാൾ ക്ഷീണിതനായി. എങ്കിലും സമാധാനിക്കാൻ ശ്രമിച്ചു.

നഞ്ചപ്പൻ, മദ്യലഹരിയിൽ മുഖം നോക്കാതെ എല്ലാവരെയും അപമാനിച്ചു സംസാരിക്കുന്നത് സാധാരണയായി.

– ഇയാളെ വിശ്വസിച്ച് ഇവിടേക്ക് ഇറങ്ങിപ്പുറപ്പെട്ടത് കഷ്ടമായി. നമ്മടെ തലേലെഴുത്ത്. അല്ലെങ്കി നട്ടപ്പാതിരാക്കും തൂമ്പായും കൊണ്ട് കരിമ്പുവയലിനു വെള്ളം തിരിച്ചുവിടാൻ വരണമായിരുന്നോ?

പഴനിയപ്പന് വല്ലാത്ത വിഷമം തോന്നി. എങ്കിലും തളരാതെ പിടിച്ചുനിന്നു. എല്ലാ ജോലിയും പതിവുപോലെ ആത്മാർഥമായി തന്നെ ചെയ്തു.

ജോലിക്കാരുടെയിടയിൽ അയാൾക്കു നല്ല മതിപ്പാണ്.

പഴനിയപ്പ ഗൗണ്ടരുടെ ഒരു മിടുക്കും പണീലൊള്ള ആവേശോം ഒന്നു കാണേണ്ടതാ! മലപോലും പൊട്ടിച്ചു നെരപ്പാക്കിയ, ആളല്ല്യോ! ഈ പാറപ്പൊറത്ത് നെല്ലു വെളയണമെങ്കിൽ ഒന്നാലോചിച്ചുനോക്കിയേ!"

അന്നൂർ, കോവിൽപ്പാളയം പ്രദേശങ്ങളിൽ നിന്ന് കരിമ്പ് ആലയുണ്ടാക്കാൻ അയാൾ ആളുകളെ കൂട്ടിക്കൊണ്ടു വന്നു. രണ്ടുമാസത്തോളം അവരെ കൂടെ പാർപ്പിച്ച് വെല്ലമുണ്ടാക്കി ചന്തയിൽ കൊടുക്കാനുള്ള ഏർപ്പാടുകളിൽ മുഴുകി.

അതിനാവശ്യമുള്ള അച്ചുപലകകളും മറ്റ് അനുബന്ധസാമഗ്രികളും വേണമായിരുന്നു. പഴയ അച്ചുപലകകൾ ചിലതൊക്കെ കേടു വന്നത് ആശാരിയെ വിളിച്ചു നന്നാക്കി. കരിമ്പിൻ ചാറ് വാർപ്പുകളും നന്നാക്കിയെടുത്തു.

'കരിമ്പു വെട്ടാൻ തുടങ്ങിയാല് ചോറുണ്ണാൻ പോലും നേരം കിട്ടുകേല' അത്രയധികം അനുബന്ധ ജോലികൾ ഉണ്ടാവും. ഓടിനടന്നു പണിയെടുത്തതിനാൽ പഴനിയപ്പന്റെ ഉള്ളങ്കാൽ കരിമ്പിൻതണ്ടിൽ തട്ടി മുറിഞ്ഞു. അയാൾ മുറിവും വെച്ച് മുടന്തി നടന്ന് ജോലി ചെയ്യുന്നതുകണ്ട് പൊന്നമ്മയ്ക്കു കരച്ചിൽ വന്നു. രാത്രിയിൽ അവൾ ഉപ്പുകിഴികെട്ടി കാച്ചിയ എണ്ണയിൽ മുക്കിയെടുത്ത് അയാളുടെ പാദങ്ങൾക്ക് ചൂടുപിടിച്ചു.

അന്നേരം മുമ്പൊരിക്കൽ മുറിവേറ്റ ഒരു കാട്ടുമുയലിനെ അയാൾ ശുശ്രൂഷിച്ചു രക്ഷപ്പെടുത്തിയ സംഭവം അവളുടെ മനസിലേക്ക് ഓടിയെത്തി.

കരിമ്പിൻചാറ് കാച്ചുന്ന മണം കാറ്റിനോടൊപ്പം വീട്ടുമുറ്റത്തെത്തിയപ്പോഴും കണ്ണീരിന്റെ മണം മറക്കാൻ അവർക്കായില്ല.

ആലയിൽ പണിക്കാർ ജോലിത്തിരക്കിലാണ്. വെല്ലം തയ്യാറായിക്കഴിഞ്ഞു. ഇളം മഞ്ഞനിറത്തിലുള്ള മൈസൂർ അച്ചുവെല്ലത്തിന് നല്ല ഡിമാന്റാണ്. അങ്ങാടികളിലൊക്കെ, പഴനിയപ്പന്റെ വണ്ടിയിൽ വെല്ലം വരുന്നത് വ്യാപാരികൾ കാത്തിരുന്നു.

ഇതുപോലെതന്നെ മഞ്ഞളിന്റെ കാര്യത്തിലും നല്ല ലാഭമാണു കിട്ടിയത്. പഴയനിയപ്പന്റെ കൈ കൃഷിക്കുരാശിയുള്ള കയ്യാണെന്ന് പെരുമ നേടി. എന്നാൽ അതിൽ നിന്ന് ഒരുപൈസപോലും അയാൾക്കു കിട്ടിയില്ല. എല്ലാം നഞ്ചപ്പന്റെ പണപ്പെട്ടിയിലേക്കാണു പോയത്.

അങ്ങനെയിരിക്കെ ഭാര്യയുടെ സഹോദരീപുത്രൻ പത്താംതരം കഴിഞ്ഞ് വീട്ടിൽ വെറുതെയിരിക്കുകയാണെന്ന വിവരം നഞ്ചപ്പൻ അറിഞ്ഞു. അയാൾ അവനെ ഇവിടേക്കു കൂട്ടിക്കൊണ്ടുവരാൻ നിശ്ചയിച്ചു. വരവുചെലവു കണക്കുകൾ താൻ പറയുന്നതുപോലെ എഴുതാൻ, അവനെ തന്റെ കണക്കപ്പിള്ളയായി കൂടെ കൂട്ടാം. അരുക്കാണിയും അതിനു സമ്മതം മൂളി. അതിനെക്കാളും അവനെ തന്റെ അനന്തരവകാശിയാക്കാമെന്ന ഉദ്ദേശവും അവർക്കുണ്ടായിരുന്നു. അവർക്കു യോജിച്ച മകനായി, അവൻ അധികം താമസിയാതെ വന്നു ചേർന്നു. വന്നദിവസം തന്നെ ആൾ മിടുക്കനാണെന്നു മനസിലായി.

ദിവസേന ജോലിക്കാർക്കു കൂലികൊടുക്കുന്നതു മുതൽ, ചന്തയിൽ പോകുന്നതുവരെയുള്ള ഓരോന്നും മകനായിക്കഴിഞ്ഞ വേലുമണിയിലൂടെ നഞ്ചപ്പൻ നിരീക്ഷിച്ചുകൊണ്ടിരുന്നു. മാത്രമല്ല, അവിടെയുള്ള ഒരാളും അവനെ ചോദ്യം ചെയ്യാൻ പാടില്ലെന്ന അലിഖിതനിയമവും അയാൾ നിലവിൽ കൊണ്ടുവന്നു.

പൊന്നമ്മ ജോലി ഭാരത്തിന്റെ ദുരിതത്തിൽപ്പെട്ട് അവശയായി. ക്ഷീണവും ചുമയും തലവേദനയും അവളെ കൂടെക്കൂടെ ശല്യപ്പെടുത്തിക്കൊണ്ടിരുന്നു. നല്ല വാക്കു പറഞ്ഞ് ആശ്വസിപ്പിക്കാൻ ഉറ്റ ചങ്ങാതിയായി തുളസിയമ്മാളേ ഉണ്ടായിരുന്നുള്ളൂ. നാട്ടിൽച്ചെന്ന് അച്ഛനമ്മമാരെയും മക്കളെയും കണ്ട്, അവരോടൊപ്പം കുറച്ചുനാൾ താമസിക്കാനുള്ള വെമ്പൽ ഉണ്ടായിരുന്നെങ്കിലും വിചാരിച്ച ഉടനെ പോകാൻ 'ഏമാൻ, നഞ്ചപ്പന്റെ സമ്മതം കിട്ടുക എളുപ്പമായിരുന്നില്ല.

എഴുപതു പിന്നിട്ട മുത്തമ്മാളിന് പേരക്കുട്ടികളെ നോക്കി വളർത്താൻ ബുദ്ധിമുട്ടായിത്തുടങ്ങി. വയസുകാലത്ത് ഭർത്താവിനോടു ദേഷ്യം പ്രകടിപ്പിച്ചിട്ട് പ്രയോജനമില്ലെന്ന് അവർക്കറിയാം. സ്വയം ശപിച്ചുകൊണ്ട് അവർ കാലം തള്ളി. പോരാത്തതിന് പുറംവേദനയും അവരെ വിഷമിപ്പിച്ചിരുന്നു.

കണ്ണെത്താദൂരത്ത് മകളും മകനും വലിയ തോതിൽ കൃഷിനടത്തുകയാണെന്ന സംഗതി, മുമ്പത്തെപ്പോലെ ഇപ്പോൾ രാമണ്ണഗൗണ്ടരെ സന്തോഷിപ്പിച്ചില്ല. ഇവിടെ വയറു നിറച്ച് ഉണ്ണാൻ പോലും തികയാത്ത

അവസ്ഥയിലേക്ക് കാര്യങ്ങൾ നീങ്ങിക്കൊണ്ടിരിക്കുമ്പോൾ, അവർ ദൂരെ എവിടെയോ ചെന്ന് നെല്ലും കരിമ്പും കൃഷിചെയ്തുകൊണ്ട് ആർക്കെന്തു ഗുണം എന്നു വിചാരിക്കാൻ തുടങ്ങി. ഇത്തരം ചിന്തകൾ അയാളെ അസ്വസ്ഥനാക്കി.

"കാക്കകരയുന്നുണ്ട് ഇന്ന് വടക്കൂന്ന് മരുമോൻ വരുമെന്നാ തോന്നുന്നെ.' മുത്തമ്മാൾ പറഞ്ഞു.

അവർ പ്രതീക്ഷിച്ചതുപോലെതന്നെ രാത്രിയിലെ അവസാനത്തെ ബസിൽ അയാൾ വന്നെത്തി.

"കുറെ തെങ്ങിൻതൈകൾവേണം. നൂറുനൂറ്റമ്പതെണ്ണം കിട്ടിയാൽ കൊള്ളാരുന്നു. അവടെ തോട്ടുവക്കത്തു നടാനാ. ടെമ്പോ പിടിച്ചു വേണം കൊണ്ടുപോകാൻ." അയാൾക്കുപോകാൻ ധൃതിയുണ്ട്.

രാമണ്ണഗൗണ്ടർക്കു ദേഷ്യം വന്നു.

"ഇവിടെ തലേൽ പുരട്ടാൻ പോലും തുള്ളിവെളിച്ചണ്ണയില്ല. അങ്ങനെയുള്ളടത്തു വന്നിട്ട് തെങ്ങിൻ തൈയിന്റെ കാര്യം പറേന്നു. ഞങ്ങക്കാരാ വല്ലോം വെച്ചുതരാനൊള്ളത്? അയാൾക്കു വിഷമം അടക്കാനായില്ല. എങ്ങനെ തോന്നാതിരിക്കും? മരുമകനും സ്വന്തം നിലമുണ്ട് എന്നു പറയാനുള്ള അന്തസ്സ് ഇനിയും കൈവശമായിട്ടില്ല. പത്തുവർഷമായിട്ടും ഇപ്പോഴും കൂലിക്കാരിലൊരാളെപ്പോലെയാണ് അയാൾ കഴിയുന്നതെന്ന് ഗൗണ്ടർ മനസിലാക്കിയിരിക്കുന്നു.

വല്ലപ്പോഴും മാത്രം മനസിനെ കുത്തിനോവിച്ചുകൊണ്ടിരുന്ന സംശയവും സങ്കടവുമൊക്കെ ഗൗണ്ടരുടെ വാക്കുകൾ കേട്ടതോടെ അധികരിച്ചു. എന്നിരിക്കിലും നഞ്ചപ്പനെക്കുറിച്ചുള്ള സംശയമാണ് തന്നോടുള്ള ദേഷ്യമായി പുറത്തുവരുന്നത് എന്നയാൾ മനസിലാക്കി.

ഗൗണ്ടർ ഭാര്യയോടും കാരണമില്ലാതെ ദേഷ്യപ്പെടുക പതിവായി. തന്റെയുള്ളിൽ രൂപംകൊണ്ടിട്ടുള്ള അഭിപ്രായ ഭിന്നത മരുമകനു ബോധ്യപ്പെടണമെന്നും അയാൾ വിചാരിച്ചു. അതുകൊണ്ടാണ് തെങ്ങിൻതൈകൾ വാങ്ങിക്കൊണ്ടു പോകുന്ന കാര്യം പറഞ്ഞപ്പോൾ ഗൗണ്ടരുടെ ദേഷ്യം പുറത്തു ചാടിയത്.

കുട്ടികളെ കൂട്ടിക്കൊണ്ടുപോകണമെന്നു പറയാൻ മുത്തമ്മാൾ വിചാരിച്ചിരുന്നു, പക്ഷേ, മകളുടെ ദുരിതാവസ്ഥയെക്കുറിച്ചറിഞ്ഞപ്പോൾ വിഷമം തോന്നി. ഇതിനെല്ലാം കാരണം തങ്ങളാവുമോ എന്ന സംശയത്തിൽ അവരുടെ പഴമനസു പിടഞ്ഞു.

ഏതായാലും ജീവിതം മറുനാട്ടിലേക്കു പറിച്ചുനട്ടുകഴിഞ്ഞു. ഇനി സുഖമൊ, ദുഃഖമോ എന്തുവന്നാലും അനുഭവിക്കുക തന്നെ എന്ന് പഴയനിയപ്പൻ സ്വയം സമാധാനിക്കാൻ ശ്രമിച്ചു.

ആറ്

ഇപ്പോൾ പഴയനിയപ്പന്റെ മക്കളായ കലാമണി ഏഴിലും സരസ്വതി അഞ്ചിലുമാണ് പഠിക്കുന്നത്. അച്ഛൻ തങ്ങളെ കൂട്ടിക്കൊണ്ടുപോകാൻ വന്നതായിരിക്കുമെന്ന് അവർക്കുതോന്നി. അവരെ കണ്ടപ്പോൾ പഴനിയപ്പനും അവ്വിധം തന്നെ ആലോചിച്ചു. പേരക്കുട്ടികളുടെ പഠനത്തിനായി മുത്തച്ഛനും മുത്തശ്ശിയും ഇവിടെത്തന്നെ താമസിച്ചു ബുദ്ധിമുട്ടേണ്ടതില്ല.

"പിള്ളേര് ഇതുവരെ പഠിച്ചതൊക്കെ മതി. എഴുതാനും വായിക്കാനുമൊക്കെ അറിയാവുന്ന പരുവമായല്ലോ. അത്രേം മതി. എന്നെപ്പോലെ പഠിപ്പില്ലാത്തയാൾക്ക് ഇവരൊരു സഹായമാവും."

അയാൾ തുടർന്നു "ഈ മാസം അവസാനമാകുമ്പോൾ നിങ്ങളെല്ലാവരെയും വടക്കോട്ടു കൂട്ടിക്കൊണ്ടു പോകാം. എല്ലാരും ഒരിടത്തുതന്നെ ഒന്നിച്ചു താമസിച്ച് ഒള്ളകഞ്ഞി എല്ലാർക്കും കൂടെ കുടിക്കാം.

രാമണ്ണ ഗൗണ്ടർക്കു സമ്മതം തന്നെ. പക്ഷേ, മുത്തമ്മാളിന്റെ കാര്യമോ?

ഈ വീടു വിട്ടിട്ടു വരുമോ അവള്? എന്നാണെങ്കിലും എന്റെ ഒടല് ഈ മണ്ണീത്തന്നെ ചേരണം എന്നല്ല്യോ പറഞ്ഞോണ്ടിരിക്കുന്നത്.

താൻ അവിടെപ്പോയാൽ മകൾക്കും ഒരു സഹായമാവും എന്നു മാത്രമല്ല നഞ്ചപ്പന്റെ സ്വാർഥതയ്ക്ക് കടിഞ്ഞാണിടുകയുമാവാം. ഇതായിരുന്നു ഗൗണ്ടരുടെ മനസിലിരിപ്പ്.

'അവൻ എന്തോ ചെയ്യുമെന്ന് ഒന്നു കാണണമല്ലോ. എന്നോടു ചെലപ്പം നിങ്ങക്കീ വസ്തുവിന്മേൽ അവകാശമൊന്നുമില്ലെന്നു പറയുവാരിക്കും. അങ്ങനെ പറഞ്ഞാ, തൊറന്നു പറയും ഞാൻ! ആങ്ഹാ! രണ്ടിലൊന്നറിഞ്ഞേ പറ്റൂ. അഞ്ചേക്ര ഭൂമി വിറ്റ പണോം കമ്പനീന്നു

കിട്ടിയ മുഴുവൻ പണവും കടലപോലെ വാരിയെറിഞ്ഞിട്ടാ കൃഷി ചെയ്യാനിറങ്ങിയത്. ചുമ്മാതൊന്നുമല്ല.

"ഗൗണ്ടർ മനസിലുള്ളതു മുഴുവൻ മരുമകനോടു പറഞ്ഞു. പഴനിയപ്പനും അതിനോടു യോജിച്ചുതന്നെ. എന്നിരിക്കിലും അയാൾ പറഞ്ഞത് ഇങ്ങനെയാണ്: "നമ്മടെ പങ്ക് അവനു വിറ്റുതിന്നാനൊന്നും പറ്റുകേലല്ലോ. പാടുപെട്ടതിന്റെ ഫലം മുഴുവൻ അവൻ സ്വന്തമായിട്ട് എടുത്തുവെച്ചിരിക്കുന്നു. കണക്കുപോലും നമ്മളെ കാണിക്കുന്നില്ല. അതിനിപ്പം എന്താ കൊഴപ്പം? ഇപ്പൊ അവൻ വെച്ചോട്ടെ. നാളെ ഓരോരുത്തർക്കും പങ്കു വെക്കുമ്പൊ ഇതുവരെ സമ്പാദിച്ചത് എത്രയാണെന്നു പറയാതിരിക്കാനൊക്കുമോ? അല്ല, അന്നു നമ്മളും ചോദിക്കാതിരിക്കുകേലല്ലോ." അയാൾ മനസിനെ നിയന്ത്രിച്ചുവെച്ചിരിക്കുകയാണ്.

ബാല്യത്തിൽത്തന്നെ അച്ഛനമ്മമാരെ നഷ്ടപ്പെട്ടതുകൊണ്ട് അയാളുടെ മനസിൽ സദാസമയവും വേർപാടിന്റെ ശ്രുതിയാണ് മുഴങ്ങിക്കൊണ്ടിരുന്നത്. കരഞ്ഞു തീർന്ന്, കവിളിലെ നനവ് ഉണങ്ങിക്കഴിഞ്ഞിട്ടും, വീണ്ടും തൊട്ടാൽ പിന്നെയും കരയാൻ തയാറായി, ഒരു പൈതൽ അയാളുടെ ഉള്ളിൽ സർവദാ, കുടികൊണ്ടിരുന്നു. സഹോദരിമാരാണ് ഇയാൾക്ക് സാന്ത്വനവും ആശ്രയവും നൽകിയത്. അമ്മയെപ്പോലെ സ്നേഹം ചൊരിഞ്ഞ മുത്തമ്മാളെ അയാൾക്കു മറക്കാൻ കഴിയുമായിരുന്നില്ല. അവരുടെ സ്നേഹവായ്പിനു കീഴ്പ്പെട്ടാണ് മകൾ പൊന്നമ്മാളിനെ അയാൾ വിവാഹം കഴിച്ചതെന്നു മറ്റുള്ളവർ പറയാറുണ്ട്.

ചേച്ചിയില്ലായിരുന്നെങ്കിലോ, ചേച്ചിക്ക് തന്നോട് സ്നേഹമില്ലായിരുന്നെങ്കിലോ സംഗതികളാകെ ഗതിമാറിപ്പോകുമായിരുന്നില്ലേ എന്നാലോചിക്കുമ്പോൾ മനസിനു വല്ലാത്ത വിമ്മിട്ടമാണ്. എന്നാലോ, ഇപ്പോഴത്തെ ജീവിതമാകട്ടെ, രക്തബന്ധമാകുന്ന തടവറയിലകപ്പെട്ട്, മോചനം പോലുമില്ലാതെ ശിക്ഷയുടെ കാലാവധി നീണ്ടുപോകുന്നതുപോലെയും.

ഇവിടെ ഒപ്പമുള്ളവരെല്ലാം ചിലന്തിവലയുടെ ഓരോ വൃത്തമെന്നോണം തന്നെ ചൂഴ്ന്നുകൊണ്ട് എവിടെയും പോകാൻ സാധിക്കില്ല എന്നുപറയാതെ പറഞ്ഞുകൊണ്ട് മനസിനെ ഞെരുക്കുകയാണ്. താൻ ആവുന്നതിലധികം ഭാരം ചുമന്നുകൊണ്ടിരിക്കുകയാണെന്ന് സമാധാനവും സംതൃപ്തിയുമില്ലാതെ വലയുകയാണെന്ന് ബോധ്യപ്പെടുന്നുണ്ട്. മണ്ണിൽ പുതഞ്ഞു കിടക്കുന്ന വേരുകൾ പുറത്തേക്കു വരാൻ വെമ്പുന്നതുപോലെ കഴിഞ്ഞകാലത്തെ ഓർമകൾ ഓരോന്നായി പൊന്തിവരുന്നു.

ഇപ്പോഴത്തെ അവസ്ഥയിൽ ആശ്വാസം കൊള്ളാൻ തനിക്കു കഴിയുന്നില്ല. ഈ ദുസ്ഥിതിക്കു പരിഹാരം പറഞ്ഞുതരാനായി ആരെയാണു സമീപിക്കേണ്ടതെന്നും മനസിലാവുന്നില്ല. വിശ്രമമില്ലാതെ ഓടിപ്പാഞ്ഞെത്തിയിട്ടും കരയെ പ്രാപിക്കാൻ കഴിയാത്ത തിരമാലയുടെ ദുഃഖം പോലെയാണത്. എപ്പോഴും അസംതൃപ്തിയാൽ തേങ്ങിക്കൊണ്ടിരുന്ന മനസ് അയാളെ പീഢിപ്പിച്ചുകൊണ്ടേയിരുന്നു. അതുകൊണ്ടുതന്നെ ഒരു പ്രവൃ

ത്തിയിലും സന്തോഷം കണ്ടെത്താനാവാതെ അയാൾ വളരെയധികം വിഷാദഗ്രസ്തനായി.

അടുത്ത ദിവസം രാവിലെ പുറപ്പെടാൻ നേരത്ത് അയാൾ ഗൗണ്ടറോട് ഇങ്ങനെ പറഞ്ഞു.

“മാസാവസാനമാകുമ്പോൾ പൊന്നമ്മയെ ഞാനിങ്ങോട്ടയയ്ക്കാം പിള്ളേരെ അവളുടെ കൂടെ നിങ്ങളിങ്ങ് വിട്ടേയ്ക്ക്. അടുത്ത പ്രാവശ്യം ഞാൻ തന്നെ വന്ന് നിങ്ങളെ രണ്ടുപേരേം കൂട്ടിക്കൊണ്ടു പോകാം. വീട് ആർക്കെങ്കിലും വാടകയ്ക്കു കൊടുക്കാൻ ഏർപ്പാടാക്കാം.

“ശരി ഏതായാലും പൊന്നമ്മയെ വരാമ്പറയ്. അവളെ കാണണമെന്ന് വല്ലാത്ത ഒരാഗ്രഹം. മിനഞ്ഞാന്നും അവളെ ഞാൻ സ്വപ്നംകണ്ടു; തളത്തിലിരുന്ന് വെറ്റില മുറുക്കുന്നതായിട്ട്. അവള് ഈ നാടൊക്കെ മറന്നെന്നാ തോന്നുന്നെ.’

രാമണ്ണ ഗൗണ്ടർ പഴനിയപ്പനെ യാത്രയാക്കി.

ഒണ്ടിപ്പുത്തൂരിലെ തെങ്ങിൻ തോപ്പിൽനിന്ന് പലയിനം തെങ്ങിൻ തൈകൾ വാങ്ങി ടെമ്പോയിൽ കയറ്റിക്കൊണ്ട് പഴയനിയപ്പൻ കൃഷിസ്ഥലത്തേക്കു മടങ്ങി. അവിടെ വേലിക്കരികിലും തോട്ടിറമ്പിലുമൊക്കെ അവ നടാനുള്ള ഏർപ്പാടു ചെയ്തു.

നാട്ടിൽ അച്ഛനമ്മമാരുടെ അവസ്ഥയെക്കുറിച്ചറിഞ്ഞ പൊന്നമ്മയുടെ പ്രതികരണം പ്രസന്നമായിരുന്നില്ല.

“എനി അവരും കൂടെ ഇവിടെ വന്ന് പെടാപ്പാടു പെടാനായിരിക്കും നമ്മള് കഷ്ടപ്പെടുന്നതറിഞ്ഞിട്ട് ഇവിടെ സഹായത്തിന് വരാമെന്നു പറഞ്ഞോ അവര്?” പുറമേ ദേഷ്യപ്പെട്ടെങ്കിലും അകമേ അവൾ അവരുടെ ഓർമകളിൽ മുഴുകി: “അവളുടെ മനസ് ആർദ്രമായി.’

അന്നുരാത്രി നാട്ടിൽ ചെലവഴിച്ച പഴയകാലം മഴത്തുള്ളികൾപോലെ അവളുടെ മനസിലേക്ക് പെയ്തിറങ്ങി. സമീപത്ത് അലയടിക്കുന്ന ശബ്ദം പെരുമ്പറപോലെ മുഴങ്ങിക്കേൾക്കുന്നുണ്ട്. കരിമ്പിൻചാറിന്റെ ഗന്ധം പേറി വന്ന കാറ്റ്, സമസ്തസാമഗ്രികളെയും തഴുകിക്കൊണ്ട് കടന്നുപോയി.

പടിഞ്ഞാറുള്ള ഒരുഗ്രാമത്തിൽ നിന്ന് അജ്ഞാതമായ ഭാഷയിൽ ഒരു സ്ത്രീ പാടുന്നത് അവ്യക്തമായി കേൾക്കാം. ഉറക്കം വരാതെ കരയുന്ന കുഞ്ഞിനെ അവർ താരാട്ടുപാടി ഉറക്കുകയാവണം.

ചെറുപ്പത്തിൽ പൊന്നമ്മാളിന്റെ കുമ്മിപ്പാട്ടുകൾ കേൾക്കാനായി എത്ര യുവതികളും അമ്മമാരുമാണ് എത്താറുണ്ടായിരുന്നത്! പൗർണമിരാവുകളിൽ കുഞ്ഞുങ്ങളെ നിലാച്ചോറൂട്ടുന്ന സമയത്ത് അവർ അവളുടെ ഗാനങ്ങൾക്കായി കാതോർത്തു കാത്തിരിക്കും. തെരുവിന്റെ വടക്കേയറ്റത്തുള്ള ഗണപതികോവിലിന്റെ മുന്നിൽ സമപ്രായക്കാരുമൊത്തു പാടിരസിച്ച ആ ഗാനങ്ങൾ എത്ര ഹൃദ്യവും മധുരതരവുമായിരുന്നു! എത്ര കേട്ടാലും മതിവരാത്തവ! ആ നാളുകൾ ഇനി ഒരിക്കലും വരികയില്ലേ

ന്നാണോ? ആ മണ്ണിലേക്കു മടങ്ങിപ്പോകുന്നതിന് കാലം സാവകാശം തരുമോ? അറിയില്ല.

സായന്തനങ്ങളിൽ, പടിഞ്ഞാറു ഭാഗത്തെ ജനാലയിലൂടെ അകത്തു കടന്ന സൂര്യപ്രകാശം എന്തെല്ലാമോ വിചാരങ്ങൾ മനസിലുണർത്തി വിട്ടു. നാട്ടിലും,. ഇതേപോലെ, വീടിന്റെ പടിഞ്ഞാറേ ജനാലയിലൂടെ സൂര്യ പ്രകാശം അകത്തുകടക്കുമായിരുന്നു. എന്നാൽ രണ്ടും തമ്മിൽ എന്തൊരു വ്യത്യാസം! മനസിന്റെ അസ്വസ്ഥത മൂലമായിരിക്കണം അങ്ങനെ തോന്നുന്നത്. ഇവിടെ നിന്നു പുറത്തേക്കു നോക്കുമ്പോൾ അകലെയുള്ള കുന്നുകളും അവയുടെ താഴ്‌വരയിൽ നിബിഡമായി വളർന്നുനിൽക്കുന്ന പാറകൾ നിറഞ്ഞ കുറ്റിക്കാടുകളും എന്തൊക്കെയോ പറയുന്നതു പോലെ...

വേർപാടിന്റെ വേദനപോലെ മനസിനെ തളർത്തുന്നതായി മറ്റൊന്നുമില്ലെന്ന് അവളറിഞ്ഞു. പഴനിയപ്പനെപ്പോലെ ഇവളും നിരക്ഷരകുക്ഷി തന്നെ. വിദ്യാഭ്യാസമുണ്ടായിരുന്നെങ്കിൽത്തന്നെ, മനപ്രയാസങ്ങൾക്കും കണ്ണീനീരിനും പ്രതിവിധിയേകാൻ അക്ഷരങ്ങൾക്കാവുമോ?

പഴനിയപ്പൻ സ്വന്തം ദുഃഖങ്ങൾ മാറ്റിവെച്ച് അവളെ ആശ്വസിപ്പിക്കാൻ ശ്രമിച്ചുകൊണ്ടിരുന്നു. തന്റെ വാക്കു കേട്ടിട്ടാണ് ഇവളും കൂടി ഇവിടെ വന്നു കഷ്ടപ്പെടുന്നത് എന്നയാൾക്കറിയാം. അതിനാൽ അവൾക്കു സമാശ്വാസം പകരേണ്ടത് തന്റെ കടമയാണെന്ന് അയാൾ വിശ്വസിച്ചു.

അയാളുടെ സാന്ത്വനം കൊണ്ട് പൊന്നമ്മാളിന് ധൈര്യവും മനസമാധാനവും കിട്ടി. ചില നേരത്ത് അയാൾ ദേഷ്യപ്പെട്ടാലും അത് അവഗണിക്കാനുള്ള മനക്കരുത്ത് അവൾക്കു സ്വതേയുണ്ട്. ആ ദേഷ്യം ആരോടാണെന്നും അത് തന്റെ നേരെ കാണിക്കുന്നതാണെന്നും അവൾക്കറിയാം. അതുകൊണ്ടുതന്നെ മുമ്പത്തേക്കാളും വേഗത്തിൽ അവൾകൂടുതൽ ജോലിയെടുത്തു; ചെയ്യുന്നത് ആത്മാർത്ഥതയോടെ ചെയ്യുകയും ചെയ്തു.

"നീയും ഞാനും ശരീരം നോക്കാതെ പാടുപെടുന്നത് ആർക്കുവേണ്ടിയാ? എന്തിനാ നമ്മളിങ്ങനെ കഷ്ടപ്പെടുന്നെ? എല്ലാം നമ്മടെ പിള്ളാരടെ നന്മയ്ക്കായിട്ടാ. നമ്മടെ കഷ്ടപ്പാടൊന്നും അവർക്ക് വരരുത്. അതിനു വേണ്ടിയാ. നീ മനസു തളരാതെ നോക്കിക്കോണം.

"എനിക്കങ്ങനെ ക്ഷീണമൊന്നുമില്ല. നിങ്ങളാ ഒറക്കമെളച്ച് എല്ലാ ജോലീം തലേൽ വലിച്ചിട്ടോണ്ട് പെടാപ്പാടു പെടുന്നത്.

അവർ രണ്ടുപേരും പരസ്പരം സമാധാനിപ്പിച്ചുകൊണ്ട് ഊണു കഴിച്ചു. ഊണിന് അവൾ ഉണ്ടാക്കിയിരുന്നത്, മുമ്പ് പഴനിയപ്പൻ ജോലിക്കു പോകുമ്പോൾ ഉച്ചഭക്ഷണമായി കഴിച്ചിരുന്ന അതേ വിഭവമാണ്. അന്നൊക്കെ ഓരോ ദിവസവും അയാൾക്കിഷ്ടമുള്ള വിഭവം ഉച്ചഭക്ഷണമായി തയാറാക്കിക്കൊടുക്കുമായിരുന്നു. മനസിലേക്ക് നാളുകൾ ഓടിയെത്തിയെങ്കിലും പൊന്നമ്മ പെട്ടെന്നുതന്നെ ഓർമകളിൽ നിന്നു പുറത്തു കടന്നു. നാൾക്കുനാൾ അയാളോടുള്ള സ്നേഹം വർധിച്ചുവന്നു.

"നമ്മടെ നാട്ടീന്ന് ശുപ്പാത്തായുടെ മകനും ഇവടെ താളവാടിക്കടുത്തു വന്ന് താമസമാക്കി കൃഷി ചെയ്യുന്നുണ്ട്. ഇന്നലെ പട്ടണത്തിൽ വെച്ച് അവനെ കണ്ടു."

"ഓ! അവനെങ്ങനെ ഇവിടെയെത്തി?"

"നാട്ടില് പണിയൊന്നും കിട്ടിയില്ലന്ന്.

അവന്റെ അളിയന് ഇവിടൊരുകടയൊണ്ട്. അയാളു വിളിച്ചപ്പൊ ഇങ്ങു പോന്നു. ഇപ്പം ഇവിടെ വന്നിട്ട് ആറേഴുമാസമായെന്നാ പറഞ്ഞത്.

"അതു ശരി."

"കഴിഞ്ഞയാഴ്ച ചാമരാജനഗറിലേക്ക് സാമാനം വാങ്ങാൻ പോയപ്പോൾ മറ്റുചില നാട്ടുകാരെ കണ്ട വിവരം പൊന്നമ്മ പഴനിയപ്പനോടു പറഞ്ഞു. ഈ നാലഞ്ചു വർഷങ്ങൾക്കുള്ളിൽ ഇവരെപ്പോലെ നൂറുകണക്കിനു കുടുംബങ്ങൾ കൃഷിപ്പണിക്കായി കുടിയേറിക്കഴിഞ്ഞിരിക്കുന്നു എന്ന അറിവ് അവൾക്ക് ആശ്വാസമേകി.

ഇവർ കൃഷിപ്പണി ചെയ്യുന്നതു കണ്ടതിനു ശേഷമാണ് അവിടത്തുകാരും കാർഷികവൃത്തിയിലേക്കു വന്നു തുടങ്ങിയതെന്ന് പലരും പറയാറുണ്ട്.

മകൾ കലാമണി, താനും അനുജത്തിയും പരീക്ഷയിൽ ജയിച്ച വിവരം അറിയിച്ചുകൊണ്ട് കത്തയച്ചിരുന്നു. വരുന്ന അവധിക്കാലത്ത് തങ്ങളെ കൂട്ടിക്കൊണ്ടു പോകണമെന്ന ആഗ്രഹാനുവർത്തിയായ ആവശ്യവും അതിൽ വെളിപ്പെടുത്തിയിരുന്നു. കത്തു കൊണ്ടു വന്ന പോസ്റ്റ്മാന്, അന്ന് ഉച്ചഭക്ഷണം പഴയനിയപ്പന്റെ വീട്ടിലായിരുന്നു. അയാൾക്ക് ഒരുവിധം തമിഴ് വായിക്കാനറിയാം. ഈ കൃഷിയിടത്തിലേക്ക് കത്തു കൊണ്ടുവരുമ്പോഴൊക്കെ അയാൾക്ക് എന്തെങ്കിലും കിട്ടും. സീസണാണെങ്കിൽ കരിമ്പോ, വെല്ലമോ, അല്ലെങ്കിൽ പണമോ, അയാൾക്കു കൊടുക്കുക പതിവാണ്. സൈക്കിൾ പോലും കഷ്ടിച്ചു കടന്നുവരുന്ന ആ പ്രദേശത്തേക്ക് പക്ഷേ, വൈദ്യുതിജീവനക്കാർക്കും പോസ്റ്റൽ ജീവനക്കാർക്കും വരാൻ സന്തോഷമേയുണ്ടായിരുന്നുള്ളൂ.

കരപ്പാളയത്ത് കൃഷിനടത്താനായി കഴിഞ്ഞ വർഷം വന്നുചേർന്ന തന്റെ ബന്ധുവിനെ കാണാൻ പഴയനിയപ്പൻ രാവിലെ പുറപ്പെട്ടു. ഒരു മൈലകലെ നല്ലൊരു വിളഭൂമി ഉള്ളത് പഴനിയപ്പനു സൗകര്യമായി തോന്നി.

പൊന്നമ്മയുടെയും കരപ്പാളയം ഗൗണ്ടരുടെയും മുത്തച്ഛന്മാർ സഹോദരന്മാരായിരുന്നു എന്ന് അയാൾ ബന്ധുത്വത്തെക്കുറിച്ച് വിശദമായി സംസാരിക്കവേ, പരാമർശിച്ചു. അങ്ങോരുടെ നിഷ്ക്കളങ്കമായ സംഭാഷണം പഴനിയപ്പനു വളരെ ഇഷ്ടമായി. കാർഷികവൃത്തിയിൽ തികഞ്ഞ അനുഭവമുള്ളയാളായിരുന്നു കരപ്പാളയം ഗൗണ്ടർ. അങ്ങനെയൊരാളുമായി സൗഹൃദം പുലർത്താൻ പഴനിയപ്പനു സന്തോഷം തോന്നി. ഊത്തുക്കുളിയിലെ, സമൃദ്ധമായ പരുത്തികൃഷി വെള്ളം പോരാ എന്ന കാരണത്താൽ വിറ്റിട്ടാണ് ഇവിടെ കുടിയേറിയിട്ടുള്ളത്.

ആരോഗ്യമുള്ള ഒത്തശരീരം. ഐശ്വര്യമുള്ള കറുപ്പുനിറം. കുളിച്ച് ചന്ദനക്കുറിതൊട്ടും കൊണ്ടാണ് പുറത്തിറങ്ങുക. അങ്ങോർ ഇടയ്ക്ക് പഴനിയപ്പന്റെ വീട്ടിൽ വന്ന് ഭക്ഷണം കഴിക്കുക പതിവാണ്. "ഇട യ്ക്കൊക്കെ പൊന്നൂന്റെ കയ്യീന്ന് ഇത്ര വെള്ളമെങ്കിലും വാങ്ങിക്കുടി ച്ചിട്ടു പോയാലേ, ദഹനം ശരിയാകത്തൊള്ളൂ എന്നു പറയും.

ഒരു നാൾ അങ്ങോർ പഴയനിയപ്പന്റെ കൈപിടിച്ച് നാഡി പരിശോ ധിച്ചു.

"ശരീരത്തില് ഉഷ്ണം കൂടുതലാ, ഞാനൊരു മരുന്നുപറയാം. ഒരു നാൽപ്പത്തഞ്ചു ദൈവസെ എളങ്കള്ളു കുടിച്ചാ മതി. ശരിയാകും. എന്ന് അഭിപ്രായം പറഞ്ഞു.

അടുത്ത ദിവസം മുതൽ കുണ്ടലപ്പേട്ട റോഡിലെ ശിവപുരം തോട്ട ത്തിൽച്ചെന്ന് ഇരുവരും ഓരോ മൊന്ത കള്ളു കുടിക്കുക പതിവായി

തെങ്ങ് ചൊട്ടയിട്ടാല്, ഇവിടെത്തന്നെ നാലഞ്ചെണ്ണത്തീന്ന് ചെത്തി യെടുക്കാം എന്നും മറ്റും ഓരോ ഉപായങ്ങളെക്കുറിച്ച് സംസാരിച്ചുകൊണ്ടു നടക്കും.

എന്തൊരു വെയില്! കണ്ണു മഞ്ചിപ്പോന്നു! ഗൗണ്ടർ തോർത്തു മുണ്ടു തലയിൽ കെട്ടി. ഓരോ കാര്യങ്ങൾ മിണ്ടിയും പറഞ്ഞും അവൾ ചാള യുടെ മുന്നിലെത്തി. പഴനിയപ്പൻ മുറ്റത്തുകിടന്ന കയറ്റു കട്ടിലിലേക്കു ചെരിഞ്ഞു. "ഞാൻ പിന്നെ വെയിലു താണിട്ട് വരാമെന്നു പറഞ്ഞ് ഗൗണ്ടർ വേപ്പിൻ കമ്പുകൊണ്ട് പല്ലുതേച്ചവാറ് മടങ്ങിപ്പോയി.

തലയണപോലും വെക്കാതെ മലർന്നുകിടക്കുന്ന പഴനിയപ്പനെ കണ്ടപ്പോൾത്തന്നെ അയാൾ എവിടെപ്പോയിട്ടുവരികയാണെന്ന് പൊന്ന മ്മയ്ക്ക് മനസിലായി. ആരാ അവിടെ? നീയാണോ? എനിക്കിപ്പം ചോറൊന്നും വേണ്ട. വിശപ്പില്ല. നീ പൊക്കോ."

മനസിൽ അടക്കിവെച്ചിരുന്നതൊക്കെ വിളിച്ചുപറയാൻ അയാൾ വിമ്മിഷ്ടപ്പെടുന്നത് ആ മുഖഭാവത്തുനിന്നുതന്നെ മനസിലായി.

മദ്യത്തിന്റെ ലഹരിയും കുറേശ്ശെയായി പുറത്തുവന്നുകൊണ്ടിരുന്നു. ദേഷ്യം മൂലം അയാൾക്ക് അടങ്ങിക്കിടക്കാൻ കഴിഞ്ഞില്ല,

"അല്ലേ! നമ്മളൊന്നിച്ചാ വന്നത്. പക്ഷേ, പാടുപെട്ടത് ഒന്നിച്ചാണോ? ചോര നീരാക്കി പണിതതൊക്കെ ആരാ? നിന്റെ നെഞ്ചത്തു കൈവെച്ചു പറയ്, ഇവിടെ ആർക്കും ചോദിക്കാനൊള്ള ധൈര്യമില്ലെന്നു വെച്ചിട്ടല്യോ ഇക്കളിയൊക്കെ കളിയ്ക്കുന്നെ? നടക്കട്ട്. നടക്കട്ട്.. എല്ലാറ്റിനും ഒരതിരു ണ്ട്. മോളിലൊരാള് ഇതെല്ലാം കണ്ടോണ്ടാ ഇരിക്കുന്നത്.

ഇയാൾ ആരെ ഉദ്ദേശിച്ചാണ് ഇതൊക്കെപ്പറയുന്നതെന്ന് അരുക്കാ ണിക്കു പിടികിട്ടി. ഭർത്താവിനെയാണു ചീത്തപറയുന്നതെന്നു മനസി ലായപ്പോൾ അവൾ ചെവികൂർപ്പിച്ചു. പൊന്നമ്മ അതു ശ്രദ്ധിച്ചു. അവൾ ഉടനെ പഴനിയപ്പനെ വിലക്കാൻ തുടങ്ങി.

"ശരി... ശരി... നിങ്ങടെ പതം പറച്ചിലു കേക്കാൻ ഇവിടാരെങ്കിലും വന്നിരിപ്പൊണ്ടോ? മിണ്ടാതെ കെടന്നൊറങ്ങു മനുഷ്യാ..'

നഞ്ചപ്പനിൽ നിന്നുള്ള പീഡാനുഭവങ്ങൾ താങ്ങാനാവാതെ അയാൾ ഞരങ്ങുകയാണെന്ന് പൊന്നമ്മയ്ക്കു നന്നായി അറിയാം. നാളിതുവരെയും തന്റെ വിഷമതകളൊക്കെ ക്ഷമയോടെ താങ്ങുന്നയാളായിട്ടാണ് പഴനിയപ്പൻ അറിയപ്പെട്ടിരുന്നത്.

നാട്ടിലായിരുന്നപ്പോൾ ഇയാളുടെ മദ്യപാനശീലം കൂടുതലായിപ്പോകുമോ എന്നോർത്ത് നടത്തിയ പിണക്കങ്ങളും, അതിനു ശേഷം കുടിക്കാതെ വരുമ്പോഴും കുടിച്ച് പണം ദുർവ്യയം ചെയ്യുകയാണെന്ന രാമണ്ണ ഗൗണ്ടരുടെ ആരോപണവുമെല്ലാം അവളോർത്തു.

ഇപ്പോൾ വിശ്രമമെന്യേ പണിയെടുക്കുന്ന ഇയാളുടെ ആരോഗ്യത്തിനുവേണ്ടി അൽപ്പം കള്ളു കുടിച്ചിട്ടു വരുന്നത് അവൾ കണ്ടതായി ഭാവിച്ചില്ല. അതൊരു അപരാധമാണെന്നും കരുതിയില്ല. മറിച്ച് ഭക്ഷണം കഴിക്കാൻ പോലും നേരമില്ലാത്ത അയാൾ അടിമയെപ്പോലെയായിത്തീർന്നല്ലോ എന്ന ദുഃഖമായിരുന്നു. മുറ്റത്ത് പടിഞ്ഞാറേ മൂലയിലുള്ള വേപ്പിന്റെ നിഴൽ വരമ്പിലേക്കു നീണ്ടു തുടങ്ങി. ആകാശത്ത് ഒരുപക്ഷിക്കൂട്ടം വെയിലിനെയും വകവെയ്ക്കാതെ എവിടേക്കോ പറന്നു പോകുന്നു.

ഏഴ്

നഞ്ചപ്പൻ അധികം വൈകാതെ തന്നെ വരവുചെലവു കണക്കുകൾ എഴുതുന്ന ജോലി വേലുമണിയെ ഏൽപ്പിച്ചു. നിസ്സാരകാര്യത്തിനു പോലും അയാൾ അവനെ ആശ്രയിച്ചുവന്നു.

ജോലിക്കു വരുന്നവർ അരുക്കാണിയോട് അന്വേഷണം തുടങ്ങി. “ചേച്ചിയുടെ മകനാണോ?'

അവർ വേലുമണിയുമായി സൗഹൃദം സ്ഥാപിക്കാനാഗ്രഹിച്ചു.

നഞ്ചപ്പൻ എട്ടടി ചാടിയാൽ ഇവൻ പത്തടി ചാടും. അത്ര സമർഥനായിരുന്നു, അവൻ. അർധരാത്രിയായാലും അന്നന്ന് എത്ര പണിക്കാരുണ്ടായിരുന്നു, അവർക്ക് എത്രകൂലി കൊടുത്തു എന്നും മറ്റുമുള്ള വിവരങ്ങളെല്ലാം കുറിച്ചുവെക്കാതെ അവൻ ഉറങ്ങാൻ പോകുമായിരുന്നില്ല. അതുപോലെതന്നെ, ഏത് ഉറക്കത്തിൽ വിളിച്ചു ചോദിച്ചാലും പണം സംബന്ധിച്ച കാര്യങ്ങൾ കൃത്യമായി പറയും.

സുബ്ബയ്യന് വിവരംകുറവാണ്. അയാൾ തന്റെ അഭിപ്രായം പഴനിയപ്പനോട് ഇങ്ങനെ വെളിപ്പെടുത്തി. 'ഇങ്ങനെ പുലിപോലൊരുത്തനെ പിടിച്ചുകൊണ്ടുവന്ന് ഇവിടെ ചേർത്തുകളഞ്ഞല്ലോ... ആളു കൊള്ളാം.

ആലയിൽ കരിമ്പാട്ടുന്ന ജോലി തുടർച്ചയായി മുന്നോട്ടു പൊയ്ക്കൊണ്ടിരുന്നു. ഇതിന്നായി പുളിയംപട്ടിയിൽ നിന്ന് ചിലർ പുതുതായി വന്നു ചേർന്നിട്ടുണ്ട്. മൂന്നുവണ്ടി വെല്ലം അയയ്ക്കുന്ന പതിവായി. കൂടാതെ തിങ്കളാഴ്ച ചന്തയിലേക്ക് മഞ്ഞളും ഉള്ളിയും മരിച്ചീനിയും കൊണ്ടു പോകും.

അന്നന്നു വസൂലാക്കുന്ന പണം നഞ്ചപ്പൻ വേലുമണിയെക്കൊണ്ട് പ്രത്യേകം കണക്കെഴുതിക്കുന്നുണ്ടെന്ന വസ്തുത പഴനിയപ്പന് അറിയാതെയല്ല. എങ്കിലും അയാൾ അതത്ര കാര്യമായെടുത്തില്ല. ബാങ്കിൽ

എത്ര പണമുണ്ടെന്നും,. അയാൾ നഗരത്തിലെ സുഹൃത്തുക്കളെ ഏൽപ്പിച്ചിരിക്കുന്നത് എത്രയെന്നും വേലുമണിക്കു മനഃപാഠമാണ്.

'അവര് രണ്ടുപേർക്കുമല്ലാതെ ഇതൊന്നും വേറെ ആർക്കുമറിയില്ലല്ലോ"

"അതെന്താ നീയങ്ങനെ പറേന്നത്? അരുക്കാണി അറിയാതിരിക്കുമോ?"

"നല്ല ആളോടാ ചോദിക്കുന്നെ. അവളോടു ചോദിച്ചാ, ആടിന് അഞ്ചു കാലാണെന്നുപറയും."

"പിന്നല്ല്യോ! വാലും കൂടെ ചേർത്താ അഞ്ചായില്ലേ? എന്താ തെറ്റൊണ്ടോ!"

"ഉം... അവളത്ര ചില്ലറക്കാരിയൊന്നുമല്ല. ആട്ടിൻകാട്ടം വരെ വിറ്റു കാശാക്കും."

"പതുക്കെപ്പറ. അവളിപ്പൊ ഇവിടോട്ടുവരാനും മതി. പാമ്പിന്റെ ചെവിയാ അവൾക്ക്. പിന്നെ അതുമതി. ഒന്നിനുപോകണമെന്നു പറഞ്ഞാലും കൂടി സമ്മതിക്കൂകേല."

പഴനിയപ്പനും സുബ്ബണ്ണനും ഇത്തരത്തിൽ ഓരോന്നു സംസാരിച്ചുകൊണ്ട് വരമ്പിലൂടെ നടക്കുകയാണ്.

"കരപ്പാളയം ഗൗണ്ടർക്ക് ഉപ്പൂറ്റിയിൽ കാളച്ചിമുള്ളുകൊണ്ടിട്ട് നീരുവന്നിരിക്കുകയാണെന്ന് കേട്ടു. ഞങ്ങള് വേഗം ചെന്നുനോക്കിയിട്ടുവരാമെന്നു പൊന്നമ്മയോടു പറഞ്ഞേൽപ്പിച്ചിട്ടാണ് ഇയാൾ വന്നിട്ടുള്ളത്.

"നിങ്ങള് പൊയ്ക്കഴിഞ്ഞാല്, "എവിടെപ്പോയതാ? ജോലിയിൽ ശ്രദ്ധ വേണ്ടേ?" എന്നൊക്കെപ്പറഞ്ഞു ബഹളം കൂട്ടിത്തൊടങ്ങും. പോയിട്ടു വേഗം വന്നേക്കണേ. എന്നു തുളസിയമ്മാളും ഭർത്താവിനു മുന്നറിയിപ്പു നൽകിയിരുന്നു.

"ഉം ഇനി താഴ്ചേലോട്ട് ശൗചിക്കാൻ പോണേലും അനുവാദം മേടിച്ചിട്ടു വേണമെന്നാ തോന്നുന്നെ. നല്ല കൃഷിപ്പണി!" സുബ്ബണ്ണനും വേവലാതിപ്പെട്ടു.

അയാൾ പറഞ്ഞതിലും കാര്യമുണ്ടായിരുന്നു. ആരൊക്കെ എവിടെയൊക്കെ പോകുന്നു, വരുന്നു എന്നും നിരീക്ഷിക്കാനുള്ള ചുമതലയും നഞ്ചപ്പൻ വേലുമണിയെയാണ് ഏൽപ്പിച്ചിരുന്നത്.

പഴയനിയപ്പൻ തെങ്ങിൻതൈകൾ വാങ്ങാൻ പോയപ്പോൾ ബസ് ചാർജ് കഴിച്ച് മിച്ചം വന്ന ഇരുപതുരൂപ കൊടുക്കാനുണ്ടെന്ന് അവൻ എഴുതിവെച്ചിരുന്നു.

ഈ സംഗതി, പണിക്കാർക്കു കൂലികൊടുത്തു പറഞ്ഞയയ്ക്കുന്ന ഒരു സായന്തനവേളയിൽ നഞ്ചപ്പൻ അവരുടെ മുമ്പിൽ വെച്ചുതന്നെ പഴനിയപ്പനോടു ചോദിച്ചു. പഴനിയപ്പന് മുഖത്തു ചൂടുവെള്ളം വീണതുപോലെയായി. പെട്ടെന്ന് ഒരുത്തരം പറയാൻ അയാൾക്കു കഴിഞ്ഞില്ല. ഉള്ളിൽ ദേഷ്യം നുരഞ്ഞുപൊങ്ങിയെങ്കിലും സംയമനം പാലിച്ചുകൊണ്ട് അയാൾ ഇങ്ങനെ പറഞ്ഞു. "അതെ എന്റെടുത്തുതന്നെയുണ്ട്. വണ്ടിക

ളുടെ കടയാണി പിടിപ്പിച്ച കൊല്ലനു കൊടുക്കാൻ വെച്ചിരിക്കയാണ്. വേണേങ്കി ഇപ്പത്തന്നെ ആ കാശങ്ങു തരാം. ഇത്രയും പറഞ്ഞ് അവിടെ നിൽക്കാനിഷ്ടപ്പെടാതെ അയാൾ പിൻവാങ്ങി.

പൊന്നമ്മ കൊടുത്ത ചൂടുള്ള ചായ കുടിക്കാൻ പോലും കൂട്ടാക്കിയില്ല. മനഃപ്രയാസത്തോടെ അയാൾ തൂണും ചാരിയിരുന്നു. നാട്ടിൽച്ചെന്നപ്പോൾ ഇളയമകൾ പാവാട വാങ്ങിത്തരണമെന്നു പറഞ്ഞ അവസരത്തിൽ 'തെങ്ങിൻതൈകള് വാങ്ങാനുള്ള കാശേ ഉള്ളൂ മോളേ അതീന്നെടുത്താല് കാശ് തെകയാതെ വരും. അടുത്ത പ്രാവശ്യം വരുമ്പൊ നിനക്ക് ഉടുപ്പു മേടിച്ചു തരാമെന്നു പറഞ്ഞ് മകളോടു വാത്സല്യം മാറ്റിവെച്ചവനാണ്. എന്നിട്ടിപ്പൊ തന്റെ സ്ഥിതി. അയാൾക്കു വിഷമം തോന്നി.

"ഇതെന്താ വിഷമിച്ചിരിക്കുന്നത്?' എന്ന ഭാര്യയുടെ ചോദ്യം അയാൾ കേൾക്കാത്ത മട്ടിലിരുന്നു. അതിനുള്ള ഉത്തരം അയാളുടെ പക്കലില്ലായിരുന്നു. പക്ഷേ, അവൾക്കു കാര്യം മനസിലായി.

"അതുകൊള്ളാം. ഇതിപ്പൊ ഇന്നും ഇന്നലേം ഉള്ള കാര്യമല്ലല്ലോ. ഇവിടെ വന്നപ്പോ മൊതല് നിങ്ങളെ അയാൾ പണിക്കാരിലൊരാളായിട്ടല്ല്യോ കാണുന്നത്?"

ചേലയുടെ മുന്താണ കൊണ്ടു മുഖം തുടച്ചവാറ് അടുപ്പിനരികെയിരിക്കുന്ന ഭാര്യയെ കണ്ടിട്ട് അയാൾക്കു സഹതാപം തോന്നി. എന്നോ വാങ്ങിയ ചേലകൾ മാറ്റി മാറ്റി ഉടുത്തിട്ട് അതിന്റെ ശരിക്കുള്ള നിറം തന്നെ അറിയാതായിരിക്കുന്നു.

നാട്ടിൽ ചെന്ന് അച്ഛനമ്മമാരെ കണ്ടുവരണമെന്ന ആഗ്രഹത്തോടു പോലും അവൾക്കിപ്പൊ വെറുപ്പു തോന്നിത്തുടങ്ങി. യാത്രയ്ക്കുള്ള പണം അരുക്കാണിയോടു ചോദിക്കണ്ടേ? അവളുടെ പക്കൽ പണമില്ലല്ലോ.

"എന്നുംപട്ടുചേലയുടുത്തു നടക്കുമ്പഴും, ചേലയുടെ കര നല്ലതല്ലെന്നു സങ്കടം പറയുന്ന അവളോട് നമ്മളു ചെന്നു കൈനീട്ടിയാ ഇപ്പൊ ശരിയാകത്തില്ല."

– അതിനാ പണ്ടുള്ളോര് എലിപ്പൊത്താണേലും അവനോന്റേത് എന്നുപറഞ്ഞുവെച്ചത്. ഇതിപ്പൊ ആലേടെ വായിലെ കരിമ്പിന്റെ കഥ പോലെയല്ലേ നമ്മുടെ കാര്യം.

പൊന്നമ്മ തന്നത്താൻ ഓരോന്ന് പറഞ്ഞ് 'എനി ആരോടും കടം മേടിക്കും' എന്ന ആലോചനയിൽ മുഴുകിയ വാറ് ചോളം കഴുകി ചട്ടിയിലിട്ടു. പഴനിയപ്പൻ വിശക്കുന്നു എന്നുപറയുകയേയില്ല. ഇവൾവേണം വിശപ്പറിഞ്ഞു അതാതു സമയത്തിന് ഭക്ഷണം കൊടുക്കാൻ.

വേനൽക്കാറ്റ് വീശിയടിക്കുന്നു. അവൾ ജനാലയുടെ കതകടച്ചിട്ട് അടുപ്പു കത്തിച്ചു.

കോനാരും മറ്റും ഭാഗം ചോദിച്ച് നഞ്ചപ്പന്റെയടുത്തേക്കു വന്നതും അതേത്തുടർന്ന് അവൾ അയാളുടെ ശകാരവർഷമേറ്റുവാങ്ങിക്കൊണ്ടു മടങ്ങിയതുമായ വൃത്താന്തം രാമണ്ണഗൗണ്ടർ മരുമകനിൽ നിന്നറിഞ്ഞു.

അവരു പിന്നെ ചോദിക്കത്തില്ലേ? ചോദിക്കട്ടെ. നേരത്തെ വേണ്ടതായിരുന്നു. അവരുടെ പേരിലുമുണ്ട് തെറ്റ്. ങാ, ഏതായാലും ഇപ്പോഴേലും ചോദിക്കാൻ തോന്നിയല്ലോ. അതുകൊണ്ടല്ലേ അവന്റെ മനസിലിരിപ്പു പുറത്തു ചാടിയത്. മൊത്തം ഭൂമിയുടെയും അവകാശം അവനാണെന്ന മട്ടിലാ അവരോടു പറഞ്ഞിരിക്കുന്നെ. നമ്മളേം അതുപോലെയായിരിക്കുമല്ലോ കണക്കാക്കുന്നത്. ഇപ്പോഴെങ്കിലും മനസിലായല്ലോ."

ഗൗണ്ടരുടെ സംസാരം കേട്ടിട്ട് പഴനിയപ്പനു വിഷമമായി. എങ്കിലും അതിൽത്തന്നെ കിടന്നുഴറുന്നത് ഒഴിവാക്കാനായി അയാൾ ആശ്വാസവാക്കുകൾ പറഞ്ഞു. അയാളുടെ മനസിൽ ഇപ്പോഴും വിശ്വാസം അറ്റു പോയിരുന്നില്ല.

"ഈ കാറ്റ് നമ്മളെ എന്തോ ചെയ്യാനാ? ഒന്നു കുലുക്കി നോക്കുമാരിക്കും. അത്രേ ഒള്ളൂ. നമ്മള് കുറച്ചൂടെ ധൈര്യമായിട്ടും ഉറപ്പായിട്ടും നിക്കാനായിട്ടായിരിക്കും ഇതൊക്കെ എന്നു വിചാരിച്ചു സമാധാനിക്കാം."

കഴിഞ്ഞ ആഴ്ചയിൽ നഞ്ചപ്പൻ പഴനിയപ്പനെ ഉറക്കത്തിൽ നിന്ന് വിളിച്ചുണർത്തി അയാളുടെ മുറിയിലേക്കു കൂട്ടിക്കൊണ്ടുപോയത് ഓർമയിലെത്തി. അന്ന്... അയാൾ സ്റ്റീൽ അലമാര തുറന്ന് ബ്രാണ്ടിക്കുപ്പി എടുത്ത് രണ്ടുഗ്ലാസുകളിലേക്കു പകർന്നു കൊണ്ട് സംസാരിക്കാൻതുടങ്ങി.

"നീ പെടുന്ന കഷ്ടപ്പാടിനെപ്പറ്റി എനിക്കറിഞ്ഞുകൂടേ? നിന്റെ സ്ഥാനത്ത് വേറൊരുത്തനാരുന്നേൽ, കെടന്നാ പിന്നെ എഴുന്നേക്കത്തില്ല. നീയങ്ങനെ മടിയനല്ലെന്ന് എനിക്കറിയാം. നെനക്കു വേണ്ടിയാ ഇതൊക്കെ മേടിച്ചോണ്ടു വന്നത്. ദാ ഈ മിക്സച്ചറും ഉപ്പേരിയും എടുത്തു കഴിക്ക്.

അയാൾ പൊതിയഴിച്ച് ഒരു കിണ്ണത്തിലേക്കിട്ടു. അതു കൊറിച്ചുകൊണ്ട് ബ്രാണ്ടിക്കുപ്പി കാലിയാക്കി.

"എന്തുവാ പിന്നേം ഒരാലോചന? ഞാൻ അവരോട് അങ്ങനെ പറഞ്ഞതെന്തിനാണെന്നു നിനക്കു മനസിലായിക്കാണും. നെനക്കും ചെലപ്പൊ എന്നോടു ദേഷ്യം കാണും. അല്ല നീ തന്നെ ആലോചിച്ചു നോക്ക് ഇത്രയുമായപ്പൊ സ്ഥലത്തില് പങ്ക് വേണമെന്നുപറഞ്ഞാ ദേഷ്യം വരുവോ വരത്തില്യോ, നീ തന്നെ പറയ്."

പഴനിയപ്പൻ ബ്രാണ്ടിഗ്ലാസ് തൊട്ടില്ല. പുതപ്പുമാറ്റാതെ, നഞ്ചപ്പൻ പറയുന്നതും കേട്ടിരുന്നു.

"അതാ മൊത്തം ഭൂമീം എന്റെ പേരിലാണെന്ന് ഞാനങ്ങടിച്ചുവിട്ടത്. അത് അവരെ ഒന്നു വെരട്ടാനായിരുന്നു. നീ തെറ്റിദ്ധരിക്കുകയൊന്നും വേണ്ട. പറയുന്നതു കേക്ക്. നിന്റെ പേർക്ക് പത്തേക്കറ് ആധാരത്തിൽ എഴുതിച്ചിട്ടുണ്ട്. അത് അവരറിയണ്ട. നമ്മള് കുടുംബക്കാര് ഒന്നായിട്ടു കഴിയുന്നു. അങ്ങു നാട്ടിലൊണ്ടാരുന്നതൊക്കെ വിറ്റുപെറുക്കി, ഇവിടെ കൊണ്ടന്ന് മണ്ണിലിറക്കി, രാപകലില്ലാതെ അധ്വാനിച്ചു. എന്നിട്ട് ഇപ്പഴല്ലേ അതിന്റെ ഫലം കിട്ടുന്നത്. എന്താ ഞാൻ പറയുന്നത് മനസിലാകുന്നൊ

ണ്ടോ? അങ്ങനെയൊള്ളപ്പൊ അവരു വന്നയുടനെ ഭൂമിയങ്ങു വിട്ടുകൊടുക്കാൻ പറ്റുവോ? വരട്ടെ, അവരു വരട്ടെ. അവരും ഇവിടെവന്ന് നമ്മളെപ്പോലെ കാടൊക്കെ തെളിച്ചെടുക്കട്ടെ. എന്താ, ഞാൻ പറയുന്നതല്ലേ ശരി? വിശദമായിട്ടു പറയാമെന്നു വെച്ചാ നിന്നെ ഇങ്ങോട്ടു വിളിച്ചുകൊണ്ടുവന്നത്. ഹ! പിന്നേം ആലോചനയാണല്ലോ. നീയതു കുടിച്ചും വെച്ച് പോയിക്കെടന്നൊറങ്ങിക്കേ. ദേഹത്തിന്റെ ചടവൊക്കെ മാറിക്കിട്ടും."

നഞ്ചപ്പൻ തുടർന്നും ഉത്സാഹവാക്കുകളോരോന്നു പറഞ്ഞ് അയാളെ മദ്യം കുടിപ്പിച്ചു. ഇത്രയൊക്കെയായപ്പോൾ അയാൾ പറഞ്ഞതിൽ കാര്യമുണ്ടാവുമെന്ന് പഴനിയപ്പനു തോന്നിത്തുടങ്ങി. "ശരി.. നീയും ചെന്നു കെടക്ക്. ഞാൻ പോവ്വാ. വെളുപ്പിനെ എഴുന്നേൽക്കാനൊള്ളതാ." പഴനിയപ്പൻ പതുക്കെ ഇരുട്ടത്തു നടന്നു നീങ്ങി.

ഇതു മനസിൽ വെച്ചുകൊണ്ട് അയാൾ അമ്മാവന്റെ സംശയനിവാരണത്തിനായി ഇങ്ങനെ പറഞ്ഞു.

"നമ്മളെ പറ്റിക്കണമെന്നൊന്നും അവന്റെ മനസിലില്ല. അവരോട് അങ്ങനെ സംസാരിച്ചു കളഞ്ഞതിന് നമ്മളെന്തിനാ വിഷമിക്കുന്നെ?"

മകളുമായി മനസു തുറന്നു സംവദിക്കാൻ ഗൗണ്ടർക്കു ബുദ്ധിമുട്ടുണ്ട്. കാരണം നഞ്ചപ്പൻ അയാളുടെ തനിസ്വഭാവം കാണിക്കാൻ തുടങ്ങിയിരിക്കുന്നു എന്ന് അങ്ങേർക്കു മനസിലായി. തന്റെ ഈ മനഃപ്രയാസം മകളെ അറിയിക്കേണ്ടെന്നു കരുതിയെങ്കിലും ഉള്ളിലെ വേവലാതി പുറത്തുകാണിക്കാതിരിക്കാനും കഴിഞ്ഞില്ല.

മകളും മരുമകനും കഷ്ടപ്പെടുന്നത് അച്ഛനമ്മമാർ നേരിട്ടുകണ്ട് വിഷമിക്കാൻ പാടില്ലെന്ന് പൊന്നമ്മാളിനു നിർബന്ധമുണ്ടായിരുന്നു. അതോർക്കുമ്പോൾത്തന്നെ അവൾ പതറി. ഒറ്റയ്ക്ക് കരിമ്പിൻ കൂട്ടത്തിനിടയിലോ വയൽവരമ്പത്തോ ചെന്നിരുന്ന് ഉറക്കെകരഞ്ഞ് മനസിന്റെ ഭാരം കുറയ്ക്കാൻ അവൾ ശ്രമിച്ചുകൊണ്ടിരുന്നു. ആ കണ്ണുകളിൽ കണ്ണീരിനു പുറമേ കോപാഗ്നിയും ജ്വലിച്ചു നിന്നു. അതുകണ്ട് മറ്റുള്ളവർ ഇവളെഭയന്ന് വഴിമാറിനടന്നു.

സങ്കടവും ദേഷ്യവും അവളെ തീവ്രമായി മഥിക്കാൻ തുടങ്ങി. അവൾ മുമ്പത്തേക്കാളും കഠിനമായി അധ്വാനിച്ചു. നേരം വെളുക്കുന്നതിനു മുമ്പുതന്നെ ഉണർന്ന് വീട്ടുജോലികളിലേർപ്പെടും. കന്നുകാലികളെ നോക്കണം. കരിമ്പിന്റെ ഇലകൾ വെട്ടി തീറ്റ കൊടുക്കണം. ഭക്ഷണമുണ്ടാക്കണം. പണിക്കാർക്കു വെച്ചു വിളമ്പണം എന്നിങ്ങനെ ജോലികളും യഥേഷ്ടമായുണ്ടായിരുന്നു.

അവൾ വിശപ്പുപോലും മറന്ന മട്ടാണ്. ഒരു ദിവസം ഉച്ച തിരിഞ്ഞ് മൂന്നുമണിയോടടുത്ത സമയത്ത് അവൾ പല്ലുതേച്ചുകൊണ്ടിരുന്നപ്പോൾ പഴനിയപ്പൻ അവിടെ വന്നു. 'നെനക്ക് നേരത്തിനും കാലത്തിനും ഇത്ര കഞ്ഞി കുടിച്ചൂടെ? ഇപ്പഴാണോ പല്ലുതേക്കുന്നെ? രാവിലെ ഞാൻ പഴങ്കഞ്ഞി കുടിക്കുമ്പം നീയ് കന്നാലികൾക്കു പരുത്തിക്കുരു അരച്ചുകൊ

ടുക്കാമ്പോണു." അയാൾക്കു ദേഷ്യം വരുന്നുണ്ടായിരുന്നു. "ഉറക്കം പോലും നേരെയില്ല."

കരപ്പാളയം ഗൗണ്ടരും ഇവളുടെ 'കാളിരൂപം' കണ്ട് ഇത്തരം പറഞ്ഞു.

"എപ്പ നോക്കിയാലും ആവേശം കേറിയപോലെ ഓടിനടപ്പാണ്. വയലിൽ കാണുമ്പത്തന്നെ, തൊഴുത്തു വൃത്തിയാക്കുന്നതും കാണാം. നെനക്കു ക്ഷീണമൊന്നുമില്ലേടീ. പൊന്നമ്മേ?"

'ക്ഷീണം നോക്കിയിരുന്നാ ജോലി തീരുവോ? ചാവുന്നതുവരെ നമക്കിതു തന്നെ ഗതി. ങാ അതു വിട്."

അവൾ അമ്മിക്കല്ലിൽ കടുക് വെള്ളം തെളിച്ചരച്ചു തുടങ്ങി.

"ഇതെന്തിനാ മോളേ?"

"തലവേദനയെടുക്കുന്നു. ഇതരച്ചു നെറ്റിയിലിട്ടാല് കുറച്ചു കഴിയുമ്പം നന്നായിട്ടു വെയർക്കും. അപ്പൊ തലേടെ ഭാരം ഒന്നുകുറയും."

"ഓ! അതു ശരി. നീയും വീട്ടുവൈദ്യമൊക്കെ നോക്കുന്നൊണ്ടോ?"

"ചെലതൊക്കെ, കെടപ്പിലാകാതെ നോക്കണ്ടേ?"

"പാടത്തും വെയിലത്തും നടക്കുന്നവർക്കൊക്കെ തലവേദന പതിവാ. ചൂടെല്ലാം നെറ്റിയിലാ ഇറങ്ങുന്നത്. കൊറച്ചു നേരമെങ്കിലും ഒരിടത്തിരുന്നിട്ട് പണിയെടുക്കൂ. മോളേ" അയാൾ മടങ്ങിപ്പോയി

പഴനിയപ്പൻ പൊന്നമ്മയുടെ തലവേദന മാറാൻ പട്ടണത്തിലെ ആശുപത്രിയിൽ കൊണ്ടുപോയി ചികിത്സിക്കാമെന്ന് പലവട്ടം പറഞ്ഞു നോക്കി. അവൾ സമ്മതിച്ചില്ല.

"എന്നാല് നാട്ടീപ്പോകുമ്പം നല്ല ഡോക്ടറെ കാണിച്ച് ദീനം മാറ്റണം. ഇതും വെച്ചോണ്ട് എത്ര നാളാ ഇങ്ങനെ? പഴനിയപ്പന് ഉൽക്കണ്ഠയുണ്ടായിരുന്നു.

നെടുനീളത്തിൽ നെടുമ്പുറയുടെ ആകൃതിയിലുള്ള ആ ഓലപ്പുര, അവർ അവിടെ കുടിപാർക്കാൻ വന്ന സമയത്തു കെട്ടിയതാണ്. അതിന്റെ പിൻവശത്ത് നീളത്തിൽ കുറ്റിയടിക്കാനുള്ള കളമുണ്ട്. ഈ ചാള മൂന്നായി പകുത്ത് ഒന്നിൽ നഞ്ചപ്പനും ഭാര്യയും. വേറൊന്നിൽ പഴനിയപ്പനും ഭാര്യയും താമസിച്ചുപോന്നു. ബാക്കിയുള്ള സ്ഥലം പൊതുവായ ഹാൾപോലെ ഒഴിഞ്ഞുകിടന്നു.

സുബ്ബണ്ണൻ വന്നതിനുശേഷം ഒരു തട്ടിക വെച്ച് അയാൾക്കും താമസസൗകര്യമൊരുക്കി. കൃഷി പുരോഗമിച്ചതോടെ കൃഷിപ്പണിക്കുവേണ്ട ഉപകരണങ്ങളും തട്ടുമുട്ടുസാധനങ്ങളും മറ്റും സൂക്ഷിക്കാൻ സ്ഥലം തികയാതെയായി. പഴനിയപ്പൻ അവയൊക്കെ തട്ടുകളുണ്ടാക്കി അതിനു മീതെ വെച്ചു. എങ്കിലും ഒരു പുരകൂടി ആവശ്യമായി വന്നു. അപ്പോഴാണ് വെല്ല മടിക്കുന്ന ആലയുടെ ഇടതുഭാഗത്ത് കാളകളെ കെട്ടാനും വണ്ടികൾ നിർത്താനുമായി ഓടിട്ട വിശാലമായ ഒരു എരുത്തിലുണ്ടാക്കിയത്.

വരുന്ന വെള്ളിയാഴ്ച രാവിലെ ഒരു നല്ല മുഹൂർത്ത സമയം പഞ്ചാംഗം നോക്കി കുറിച്ചുവെയ്ക്കാൻ നഞ്ചപ്പൻ വേലുമണിയോട് നിർദേ

ശിച്ചു. ആലയുടെ വലതുഭാഗത്ത് ഒരു കെട്ടിടത്തിനുള്ള അസ്തിവാരമിട്ട് പണി തുടങ്ങാനുള്ള ഏർപ്പാടിനായിട്ടാണ് ആ നിർദേശമെന്ന് പിന്നീടേ മറ്റുള്ളവർക്കു മനസിലായുള്ളൂ.

വർക്ക്ഷോപ്പ് നടത്തുന്ന പെരിയതമ്പിയാണ് ചാമരാജ് നഗറിൽനിന്ന് ലോറിയിൽ ഒരു ലോഡ് കല്ല് എത്തിച്ചത്. കിഴക്കോട്ട് അഭിമുഖമായി ആധുനികരീതിയിൽ ഒരു വീട് പണിയണമെന്ന മോഹം അയാളുടെ മനസിൽ കുറെ നാളുകളായിത്തന്നെയുണ്ട്. ഇപ്പോൾ അനുയോജ്യമായ സമയം ഒത്തുവന്നതും പണി തുടങ്ങി.

"ഏതായാലും വീടു കെട്ടുമ്പൊ കോൺക്രീറ്റ് വീട് ആയിക്കോട്ടെ. നന്നായിരിക്കും."

പെരിയ തമ്പി അഭിപ്രായപ്പെട്ടു. പരിചയക്കാരായി അവിടെ എത്തുന്നവരെല്ലാം പറയുന്ന വാസ്തുനിർദേശങ്ങൾ നഞ്ചപ്പന് കേട്ടുനിൽക്കുകയേ നിവൃത്തിയുണ്ടായിരുന്നുള്ളൂ.

ഇങ്ങനെയൊക്കെയാണെങ്കിലും സമീപകാലത്തായി ഒരു വിഷമം അയാളെ കാർന്നു തിന്നുന്നുണ്ടായിരുന്നു. പരിചയക്കാരായ വലിയ വലിയ ആളുകളുടെ "എത്ര മക്കളാണ്?" എന്ന ചോദ്യം അയാളുടെ മനസിനെ വല്ലാതെ ദുഃഖിപ്പിച്ചുകൊണ്ടിരുന്നു. സഹിക്കാവുന്നതിലുമപ്പുറമായിരുന്നു അത്. തനിച്ചിരിക്കുന്ന വേളകളിൽ ഉള്ളിൽ നിന്നുപൊന്തിവരുന്ന ചോദ്യങ്ങൾക്ക് ഉത്തരം കണ്ടെത്താൻ അയാൾക്കായില്ല.

സന്താനലബ്ധിക്കായി പുണ്യകർമങ്ങൾ ചെയ്യണമെന്ന് ധനികരുടെ സ്നേഹിതർ അയാളെ ഉപദേശിച്ചു. അതിനായി ഒരാഴ്ചക്കാലം അയാൾ നഞ്ചൻ ഗുഡു മുതൽ ധർമസ്ഥലംവരെയുള്ള എല്ലാ ക്ഷേത്രങ്ങളിലും ദർശനം നടത്തി, വഴിപാടുകൾ കഴിച്ചു.

കുഞ്ഞുണ്ടായാൽ, ഒണ്ണല്ലി ശ്രീകൃഷ്ണക്ഷേത്രത്തിനു മുമ്പിൽ മണ്ഡപം പണിത് വൈദ്യുതവിളക്കുകൾ സ്ഥാപിക്കാമെന്ന് അയാൾ നേർന്നു. ഒരു ഉത്സവകാലത്ത് അവിടെച്ചെന്ന് അഭിഷേകാദികളും അന്നദാനവും നടത്തി. എങ്കിലും, അച്ഛനാവാനുള്ള ഭാഗ്യം അയാൾക്കു സിദ്ധിച്ചില്ല.

മന്ത്രതന്ത്രാദികൾ കൊണ്ടും ഫലമുണ്ടായില്ല. അരുക്കാണിയുടെ ഇടത്തേ കയ്യിൽ ഒരു വെള്ള ഏലസും നഞ്ചപ്പന്റെ അരഞ്ഞാണത്തിൽ ഒരു സ്വർണഏലസും കെട്ടിച്ചതു മിച്ചം.

ക്രമേണ വീടുപണി പൂർത്തിയായി. ഗൃഹപ്രവേശകർമവും വിപുലമായി നടത്തി. പൂജാമുറിയുടെയും അലമാരയുടെയും താക്കോൽ സദാ അയാളുടെ കൈയിൽത്തന്നെയുണ്ടായിരുന്നു. ചടങ്ങിന് നഗരത്തിൽ നിന്നു വന്ന അയാളുടെ സുഹൃത്തുക്കളൊക്കെയും വലിയ പണക്കാരായിരുന്നു.

'കിഴക്കുനിന്ന് ഇവിടെ വന്നവരിൽ വെച്ച് നഞ്ചപ്പ ഗൗണ്ടർതന്നെയാ കേമൻ. ഗൗണ്ടര് ഗൗണ്ടര് തന്നെയാ! എന്നും മറ്റുമുള്ള ആളുകളുടെ

അഭിപ്രായങ്ങൾ കേട്ട് അയാൾക്കുസന്തോഷം തോന്നി. അവർ പണവും മറ്റ് ഉപഹാരങ്ങളും കയ്യയച്ച് സമ്മാനിച്ചു.

വിഭവസമൃദ്ധമായ ഒരു വിരുന്ന് അയാൾ വന്നവർക്ക് നൽകി.

രാവിലെ മുതൽതന്നെ പഴനിയപ്പനെ പനി ശല്യപ്പെടുത്തുന്നുണ്ടായിരുന്നു. വിശ്രമമില്ലാതെ പണിയെടുത്തതുകൊണ്ടുണ്ടായതാണ്. വെയിലത്തു നിന്ന് കരിമ്പു വെട്ടി കെട്ടാക്കി എടുത്തു കൊണ്ടിരുന്നു അയാൾ. വീഴുമെന്ന സ്ഥിതിയായപ്പോൾ പുരയിൽ ചെന്ന് കട്ടിലിൽ കിടന്നു.

സുബ്ബണ്ണനാണ് അയാളെ പറഞ്ഞയച്ചത്. 'നീ കുറച്ചുനേരം ചെന്നു കിടക്ക്. ഈ ജോലിയൊക്കെ ഞാൻ നോക്കിക്കോളളാം'

തുളസിയമ്മ ചുക്കുകാപ്പിവെച്ചുകൊടുത്തെങ്കിലും അയാൾക്കതുപോലും മുഴുവൻ കുടിക്കാൻ കഴിഞ്ഞില്ല.

ആകാശത്ത് കാർമേഘങ്ങൾ ഉരുണ്ടുകൂടുന്നു. വടക്കുകിഴക്കൻ മലനിരകളുടെ പിന്നിൽ ഇരുളിനു കട്ടിവെച്ചു തുടങ്ങി.

എട്ട്

പൊന്നമ്മ നാട്ടിൽ പോയിട്ട് നാലഞ്ചു ദിവസങ്ങളായി. അച്ഛനമ്മമാരുടെ സ്ഥിതികണ്ട് അവളും, അവളുടെ ദൈന്യതയോർത്ത് അവരും സഹതപിച്ചു. അവൾ അച്ഛനോട് എല്ലാം തുറന്നുപറഞ്ഞു. 'മരുമോന്റെ ക്ഷമ കാരണമാണ് സംഗതി ഇത്രത്തോളമെത്തിയതെന്ന് അവൾ പരാതിപ്പെട്ടു. അതേസമയം കഠിനാധ്വാനം ചെയ്യുന്ന പഴനിയപ്പൻ സമയത്തിന് കൃത്യമായി ആഹാരം കഴിക്കുന്നുണ്ടാവുമോ എന്ന വേവലാതി വെളിപ്പെടുത്താതിരിക്കാനും കഴിഞ്ഞില്ല.

മകൾ പറഞ്ഞതുകേട്ട് രാമണ്ണഗൗണ്ടർക്ക് തന്നോടുതന്നെ അമർഷം തോന്നി. അവളുടെ ഈയവസ്ഥയ്ക്ക് കാരണക്കാർ ആരൊക്കെയാണെന്ന് അയാൾ വിചിന്തനം ചെയ്യാൻ തുടങ്ങി.

ആരോഗ്യം ഒന്നു മെച്ചപ്പെടുന്നതുവരെ നാട്ടിൽത്തന്നെ തങ്ങാൻ മകളോടു പറഞ്ഞിട്ട് ഗൗണ്ടർ ചാമരാജനഗറിലേക്കു യാത്രയായി. അദ്ദേഹത്തിന്റെ ആവേശം കണ്ടപ്പോൾ അവിടെച്ചെന്ന് നഞ്ചപ്പനുമായി കലഹത്തിനു മുതിർന്നേക്കുമോ എന്നവൾ സന്ദേഹിച്ചു. എങ്കിലും അദ്ദേഹത്തെ പിന്തിരിപ്പിക്കാൻ അവൾക്കു തോന്നിയില്ല.

അതിരാവിലെ പുറപ്പെട്ടതിനാൽ ഉച്ചയായപ്പോഴേക്കും ഗൗണ്ടർ ചാമരാജ്നഗറിലെത്തി. മാർക്കറ്റിൽ വെച്ചുതന്നെ നഞ്ചപ്പനെ കണ്ടുമുട്ടി. നഞ്ചപ്പനാകട്ടെ ഗൗണ്ടരെ പ്രതീക്ഷിച്ചിരുന്നതുപോലെ, "വരണം ചിറ്റപ്പാ! ഞാനങ്ങു നാട്ടിൽ വന്ന് നിങ്ങളെല്ലാവരെയും ഇങ്ങോട്ടു കൂട്ടിക്കൊണ്ടു വരണമെന്നു വിചാരിച്ചിരിക്കയായിരുന്നു എന്നു കുശലം പറഞ്ഞ് വരവേറ്റു. അയാൾ അദ്ദേഹത്തിനു ഭക്ഷണം വാങ്ങിക്കൊടുത്ത്, ബൈക്കിന്റെ പിന്നിലിരുത്തി കൃഷിയിടത്തേക്കു കൂട്ടിക്കൊണ്ടുപോയി. വെയിലിന് നല്ല തീക്ഷ്ണതയുണ്ടായിരുന്നു.

മുമ്പു ചിലപ്പോഴൊക്കെ വന്നിട്ടുള്ളപ്പോൾ കണ്ടതിൽനിന്നു വ്യത്യസ്തമായി, കൃഷിയിടത്തിന്റെ വ്യാപ്തിയും കൃഷിയുടെ സമൃദ്ധിയും വർധിച്ചിട്ടുള്ളതായി മനസിലാക്കാൻ കഴിഞ്ഞു. കളത്തിൽ വൈക്കോൽ കൂനകളും കരിമ്പിന്റെ ഉണങ്ങിയ ഇലകളും ചണ്ടിയുമെല്ലാം ഉണ്ട്.

നഞ്ചപ്പന്റെ പുതിയവീട് എല്ലാറ്റിന്റെയും നടുവിൽ പുതുശോഭയോടെ തലയുയർത്തി നിൽക്കുന്നു. മകളും മരുകമനും താമസിക്കുന്ന പുറത്തെ ഓലപ്പുര മാറ്റമൊന്നുമില്ലാതെ അതേപടിയുണ്ട്.

വൈകുന്നേരമായപ്പോൾത്തന്നെ ആ പ്രദേശമാകെ മൂടൽമഞ്ഞു വ്യാപിക്കാൻ തുടങ്ങി. ഉറക്കം വരുന്നതുവരെ നഞ്ചപ്പൻ സ്വന്തം പെരുമകളെക്കുറിച്ച് വിസ്തരിച്ചുകൊണ്ടിരുന്നതിനാൽ അയാളോട് എന്തെങ്കിലും ചോദിക്കാനുള്ള സന്ദർഭം ഗൗണ്ടർക്കു കിട്ടിയില്ല. അടുത്ത ദിവസം രാവിലെ അയാൾ കൃഷിയിടങ്ങൾ ചുറ്റിക്കാണിക്കാൻ ഗൗണ്ടരെയും കൂട്ടി പുറപ്പെട്ടു.

"വരമ്പില് കാല് നല്ലോണം അമർത്തിവെച്ചു പതുക്കെ നടക്കണം. ഇവിടെല്ലാം വഴുക്കലാണ്.

ഗൗണ്ടർ നഞ്ചപ്പനെ പിന്തുടർന്നു. അങ്ങേരുടെ ഉള്ളിലെ അരിശം അറിഞ്ഞിട്ടെന്നവണ്ണം, ഇങ്ങോട്ടു ചോദ്യം വരുന്നതിനുമുമ്പെതന്നെ അയാൾ പറഞ്ഞുതുടങ്ങി...

"ചിറ്റപ്പന് എന്നോട് ദേഷ്യമുണ്ടെന്നറിയാം. അതു തെറ്റാണെന്നൊന്നും ഞാൻ പറയുന്നില്ല. പക്ഷേ, ഞാനിവിടെ എന്താണ് ചെയ്തുവെച്ചിരിക്കുന്നതെന്ന് ഒരച്ഛനോട് പറയുമ്പോലെ ഞാൻ പറയാം. എന്നിട്ട്, എന്റെ പേരില് തെറ്റാണെങ്കി പറഞ്ഞാട്ടെ. പൊന്നമ്മ എന്റെ കൂടെപ്പിറന്നില്ലന്നേ ഉള്ളൂ. അവളോട് എന്നെങ്കിലും ഞാൻ ഒറക്കെ ഒരു വാക്കു പറഞ്ഞിട്ടൊണ്ടോന്നു ചോദിച്ചാട്ടെ. പഴനിയപ്പനെയാണേല് ഇവിടത്തെ കൃഷിസ്ഥലത്തിന്റെ മുഴുവൻ മേൽനോട്ടോം ഏൽപ്പിച്ചിരിക്കയാണ്. ഒരേ കുടുംബമായിട്ട്, ഒറ്റക്കെട്ടായിട്ടു നിന്നാല് അതാ ബലം. ഇല്ലേൽ നെല്ലിക്കാപോലെ ഓരോ മൂലയ്ക്ക് ഉരുണ്ടുപോകും." അയാളുടെ ശബ്ദത്തിന് ഇടർച്ചയുണ്ടായിരുന്നു.

"ഉം.. പറയ്...'

"ഇനീം ഈ നെലമിങ്ങനെ ഭാഗം പിരിക്കാതെ ഞാനെന്തിനാ വെച്ചിരിക്കുന്നേന്ന് മറ്റുള്ളോര് വിചാരിക്കും. ദേ ഇപ്പം വേരുപിടിച്ചുതൊടങ്ങീട്ടേയുള്ളൂ. അതിനു മുന്നെ നിന്റേത് എന്റേത് എന്നുംപറഞ്ഞ് പിരിഞ്ഞാല് മറ്റുള്ളോര് നമ്മളെ വെല വെയ്ക്കുകേല. ഓരോ പാത്തീല് പത്തുതരം ഞാറുനട്ടപോലെയാകും. ഓരോന്നിനും ഓരോ സമയമൊണ്ട്. സമയമാകുമ്പം നിങ്ങളെയൊക്കെ മുമ്പീവെച്ച് ഇച്ചിരിപോലും പെശകുവരാതെ ഞാനാ നെലമങ്ങു ഭാഗിക്കും. അതുവരെ ഒന്നു ക്ഷമയോടെയിരിക്കാൻ ചിറ്റപ്പൻ എല്ലാവരോടും പറയണം.

വരമ്പത്തൂടെ നടന്നവാറ് അയാൾപറഞ്ഞു നിർത്തി. എന്തെങ്കിലും ചോദിക്കാൻ സാവകാശം കൊടുക്കാതെ ഈ വിധം തടയിട്ട് അയാൾ

ഗൗണ്ടരെ ശാന്തനാക്കിക്കളഞ്ഞു. വരവുചെലവു കണക്കുകളൊക്കെ കൃത്യമായി എഴുതിവെക്കുന്നുണ്ടെന്നും കൂടി നഞ്ചപ്പൻ കൂട്ടിച്ചേർത്തു.

"ആർക്കു വേണേലും എടുത്തു നോക്കാം. പുസ്തകം ഞാങ്കൊണ്ടുത്തരാം."

പേരക്കുട്ടികളെയും ഭാര്യയെയും കൂട്ടി ഇവിടെ വന്നു താമസിക്കാൻ ഗൗണ്ടരെ അയാൾ നിർബന്ധിച്ചു. വീടിനു നല്ല വില കിട്ടിയാൽ പഴനിയപ്പനോട് വിൽക്കാൻ പറഞ്ഞിട്ടുണ്ടെന്ന് അയാൾ അറിയിച്ചു.

ഇത്രയുമായപ്പോൾ, ഇയാൾ പറയുന്നതിനെക്കുറിച്ചും ഒന്നാലോചിച്ചാലോ? എന്നു ഗൗണ്ടർക്കു തോന്നി. പുറപ്പെടാൻ നേരത്ത് പഴനിയപ്പനോട് അടുത്ത മാസത്തിനൊടുക്കം നീ നാട്ടിലോട്ടുവാ" എന്നു പറഞ്ഞു. എന്നിട്ട്, "ഞങ്ങളെല്ലാരും കൂടെ ഇങ്ങോട്ട് വന്നുതാമസിക്കുന്നതിനെപ്പറ്റി പൊന്നമ്മയോട് ചോദിച്ചു നോക്കട്ടെ..' എന്നു നഞ്ചപ്പനോടും.

ഒരാഴ്ച അവിടെത്താമസിച്ചിട്ടു മടങ്ങാമെന്ന് നിർബന്ധിച്ചെങ്കിലും ഗൗണ്ടർ അതുകൂട്ടാക്കാതെ നാട്ടിലേക്കു മടങ്ങി.

വീടു വിൽക്കുന്നതിന് പൊന്നമ്മ സമ്മതിച്ചില്ല. അവസാനകാലത്ത് ഈ മണ്ണില് നമ്മടേതെന്നു പറയാൻ ഈ വീടെങ്കിലും ഇരിക്കട്ടെ.' എന്ന് അവളുടെ അമ്മയും പറഞ്ഞു. എന്നിരിക്കിലും പേരക്കുട്ടികളുടെ പഠിത്തം നിർത്തിയിട്ട് അവരെയും കൂട്ടി വടക്കേ അതിർത്തിയിലേക്കു പോകാൻ തീരുമാനമായി.

"അവിടെ വന്ന്, നിങ്ങടെ കൂടെ കഴിയുമ്പൊ മരിക്കുന്നതാ ഭേദം. നിങ്ങക്കും ഞങ്ങളെ ഓർത്തു വെസനിക്കാതിരിക്കാം."

പൊന്നമ്മയ്ക്ക് അതിൽ ഉള്ളുതുറന്ന സന്തോഷമൊന്നും ഉണ്ടായിരുന്നില്ല. എങ്കിലും അമ്മയും കൂടി സമ്മതിച്ച സ്ഥിതിക്ക് അവൾ ഒന്നും മിണ്ടിയില്ല. വരുന്നതുപോലെ വരട്ടെ എന്ന മട്ടിലായിരുന്നു. ആ മൗനത്തിനു പിന്നിൽ പറഞ്ഞറിയിക്കാൻ കഴിയാത്ത മനഃപ്രയാസങ്ങൾ നിരവധിയായിരുന്നു.

നാട്ടിൽ വന്ന് അമ്മയെ കണ്ടതിനു ശേഷം, പൊന്ന്മ്മയ്ക്ക് അവരെ വിട്ടുപോരാൻ തോന്നിയില്ല. കുറച്ചു ദിവസം കഴിഞ്ഞ്, അവൾ വീണ്ടും അച്ഛനോടു വടക്കോട്ടുപോയിവരാൻ നിർബന്ധിച്ചുകൊണ്ടിരുന്നു. മകളുടെ ആഗ്രഹത്തിന് എതിരു നിൽക്കാതെ അയാൾക്കു പുറപ്പെടേണ്ടി വന്നു.

അധികം വൈകാതെ പഴനിയപ്പനെയും കൂട്ടിക്കൊണ്ട് നഞ്ചപ്പൻ എത്തിച്ചേർന്നു. ഗൗണ്ടർ അയാളെ കണ്ടു മടങ്ങിയതിൽപ്പിന്നെ, അയാൾ ഒരു ഉറച്ചതീരുമാനത്തിലെത്തിയിരുന്നു. ശരിക്കും ആസൂത്രണം ചെയ്ത വരവ്. ഒരു ലോറി പിടിച്ചാണ് എത്തിയിരിക്കുന്നത്.

പഴനിയപ്പനെ അയാൾ പറഞ്ഞു സമ്മതിപ്പിച്ചു. എന്നായാലും അവരെ ഇവിടെ കൊണ്ടുവരണം. അപ്പൊപ്പിന്നെ എന്തിനാ നീട്ടിക്കൊണ്ടുപോകുന്നത്?" ഒടുവിൽ പഴനിയപ്പനും അതു ശരിയെന്നു തോന്നി.

ഇവരിത്ര വേഗത്തിൽ എത്തുമെന്ന് പൊന്നമ്മ പ്രതീക്ഷിച്ചില്ല. അവളുടെ അമ്മയ്ക്കായിരുന്നു കൂടുതൽ വിഷമം.

“ഈ രണ്ടു ചണ്ടാളന്മാരും കൂടെ എന്തിനാ നമ്മളെ വേരും പറിച്ചു കൊണ്ടോകാൻ നോക്കുന്നത്? അവർ ഹതാശയായി മുകളിലേക്കു ദൃഷ്ടി യുറപ്പിച്ച് ചുമരും ചാരിയിരുന്നുപോയി. “അങ്ങേരും ഇതിനു സമ്മതം മൂളിയല്ലോ'' എന്നത് അവർക്കു താങ്ങാവുന്നതിലപ്പുറമായിരുന്നു. അങ്ങോർ അറിയാതെയാണോ ഈ ഇടപാടുകൾ എന്നുപോലും അവർക്കു സംശയമായി. ആരോടാണ് സഹായം ചോദിക്കുക?

എല്ലാ അയൽക്കാരും ഇവർ ഇവിടം വിട്ടു പോവുകയാണെന്ന വിവരം അറിഞ്ഞു. അവർ ഓരോരുത്തരായി അനുശോചനമറിയിക്കുന്ന മട്ടിൽ വന്നുമടങ്ങിക്കൊണ്ടിരുന്നു.

വീട്ടിലുള്ള സകല സാധനങ്ങളും രാത്രിയായപ്പോഴേക്കും ഭാണ്ഡങ്ങളാക്കി കെട്ടി, മുൻവശത്തെ മുറിയിൽ വെച്ചു.വായില്ലാത്തതുകൊണ്ടാണ് ഞങ്ങൾ ഒന്നും മിണ്ടാതെയിരിക്കുന്നത്' എന്ന പോലെ അവ വേദനയോടെ അവിടെയിരിക്കുന്നതായി, കാണുന്നവർക്കു തോന്നി.

രാവിലെ മുതൽ തന്നെ സാധനങ്ങൾ ലോറിയിൽ കയറ്റിത്തുടങ്ങി. പഴനിയപ്പൻ ഗ്രാമത്തലവന്റെ വീട്ടിൽച്ചെന്ന്, വീട്ടുസാധനങ്ങൾ അവിടെ നിന്നും കടത്തുന്നതിനാവശ്യമായ രേഖകൾ വാങ്ങി, വീട്ടുനികുതിയും അടച്ചിട്ടു വന്നു.

സാധനങ്ങൾ വണ്ടിയിൽ കയറ്റാൻ സുഹൃത്തുക്കളും അവരെ സഹായിച്ചു.

പതിനൊന്നു മണിയോടടുത്തു സമയം. വെയിൽ ഉച്ചിയിലെത്താറാകുന്നു. പേരമകൾ കലാമണി അമ്മൂമ്മയുടെ കൈപിടിച്ച് കൂട്ടിക്കൊണ്ടുവന്നപ്പോൾ അടക്കിവെച്ചിരുന്ന അവരുടെ ദുഃഖം മുഴുവനും അണപൊട്ടിയൊഴുകി.

“നിങ്ങള് എവിയെപ്പോയാലും സുഖമായിരിക്കും. കരയാതിരിക്ക്.” എന്ന് ചുറ്റുമുള്ളവർ ആശ്വസിപ്പിച്ചു.

തളർന്ന് അവശയായ അവരെ കൈത്താങ്ങുകൊടുത്താണ് വണ്ടിയുടെ അടുത്തേക്ക് കൂട്ടിക്കൊണ്ടുവന്നത്. കാലങ്ങളായി തന്റെ പാദസ്പർശമേറ്റിരുന്ന അകങ്ങളിലേക്കു തിരിഞ്ഞുനോക്കിക്കൊണ്ട് അവർ മെല്ലെ അടിവെച്ചു നീങ്ങി. കാലിടറുന്നുവോ? ചുളിവുകൾ വീണ കവിളുകളിലൂടെ കണ്ണുനീർ ഒലിച്ചിറങ്ങിക്കൊണ്ടിരുന്നു.

‘ഇനി ഈ അമ്മച്ചിയെ നമ്മളെന്നു കാണു’മെന്ന് പെണ്ണുങ്ങൾ തമ്മിൽത്തമ്മിൽ സങ്കടത്തോടെ പറഞ്ഞുകൊണ്ടിരുന്നു. റോഡിൽ നിറുത്തിയിരുന്ന ലോറിയുടെ അടുത്തുചെന്നു നിന്ന് കണ്ണെത്തുന്ന ദൂരംവരെയുള്ള വഴിയിലേക്കും സമീപ പ്രദേശങ്ങളിലേക്കും ആ സാധുസ്ത്രീ നിറകണ്ണോടെ കുറച്ചുനേരം നോക്കിനിന്നു.

“ഞങ്ങള് പോയിട്ടു വരട്ടെ. എല്ലാരും ഞങ്ങൾക്കുവേണ്ടി പ്രാർഥിക്കണം. എന്ന് എല്ലാവരോടുമായി തൊഴുകൈയോടെ പറഞ്ഞ പഴനിയപ്പൻ സങ്കടം സഹിക്കാനാവാതെ പൊട്ടിക്കരഞ്ഞുപോയി. ലോറി എല്ലാ

വരെയും വഹിച്ചുകൊണ്ട് പുറപ്പെട്ടു. രാത്രിയിൽ ആ വീട് അനാഥമായി കാണപ്പെട്ടു.

പിന്നീട് നാട്ടിൽത്തന്നെയുള്ള ഒരാൾക്ക് ആ വീട് വാടകയ്ക്കു കൊടുത്തു. പൊന്നമ്മയുടെ കുടുംബത്തിന് ആകെയുള്ള സ്വത്തായി അതെങ്കിലും ബാക്കി വെച്ചതിൽ എല്ലാവർക്കും സമാധാനം തോന്നി.

* * * * *

നഞ്ചപ്പനോടൊപ്പം സ്ഥലം വാങ്ങാൻ കൂടിയ കോനാരും ശേർവയും അയാൾക്കു കത്തുകൾ അയച്ചു നോക്കിയെങ്കിലും പ്രയോജനമുണ്ടായില്ല. നേരിട്ടു ചെന്നപ്പോഴാകട്ടെ, "ആരാ? മനസിലായില്ല? എന്തിനാ വന്നത്?" എന്ന മട്ടിൽ അവരെ വിരട്ടി വിട്ടു.

"ആയിരമോ രണ്ടായിരമോ എത്രയാ നിങ്ങളു തന്നിട്ടൊള്ളതെന്നു വെച്ചാ തിരിയെ മേടിച്ചോണ്ടു പൊക്കോ. വേണേൽ പലിശേം തരാം. അല്ലാതെ ചുമ്മാ ഇവിടെ വന്ന് അതുമിതും പറയാൻ നിങ്ങക്കവകാശമൊന്നുമില്ല. അതുമല്ലേൽ എന്റെ പേർക്കു കേസു കൊടത്തോ. നമക്കു കോടതീ വെച്ചു കാണാം."

അയാളുടെ വാക്കുകളിൽ അഹങ്കാരം മുറ്റിനിന്നു. തന്റെ പേർക്കു മാത്രമായി എഴുതിയിരുന്ന ആധാരത്തിന്റെ പിൻബലത്തിലായിരുന്നു അത്.

'ഇയാളെ വിശ്വസിച്ചിട്ട് ഇങ്ങനെ പറ്റിച്ചു കളഞ്ഞാലോ. നമ്മക്കിതു വേണം! എന്നു സങ്കടപ്പെട്ടുകൊണ്ടും ദേഷ്യം തീരുന്നതുവരെ അയാളെ ചീത്ത വിളിച്ചുകൊണ്ടും അവർക്കു വെറുംകൈയോടെ മടങ്ങേണ്ടതായിവന്നു.

"എല്ലാവരും അധ്വാനിക്കണം. എന്നിട്ടു വേണം പങ്കുചോദിക്കാൻ. ഇതു ചുമ്മാ ഉത്സവം കാണാൻ പോകുന്നപോലെ വന്നേച്ചും ഇവിടെ കൃഷിയെറക്കിക്കഴിഞ്ഞപ്പം വന്നിരിക്കുന്നു. അങ്ങനെയങ്ങു കൊടുക്കാൻ പറ്റുവോ, പറഞ്ഞാട്ടെ. ഇതായിരുന്നു നഞ്ചപ്പന്റെ ന്യായീകരണം.

തരിശായിക്കിടന്ന ഭൂമി മെരുങ്ങിക്കഴിഞ്ഞപ്പോൾ അവിടമാകെ പച്ച വിരിച്ചതുപോലെ നാലുവശത്തും സമൃദ്ധമായി വളർന്നു നിന്ന തെങ്ങുകൾ കൃഷിയിടത്തിനു കുളിർമ നൽകി. തെങ്ങുകളിൽ നിന്ന് നല്ല കാഫലം കിട്ടുന്നുണ്ട്. ചിലവയിൽ നൂറു നൂറ്റമ്പതു നാളികേരം വരെ കായ്ച്ചു. കൃഷിസ്ഥലത്തിന്റെ പത്തുപന്ത്രണ്ടു മൈൽ ചുറ്റളവിനകത്തുള്ള എരുക്കിൽ ചെടികളും, ചപ്പാത്തിക്കള്ളികളും മറ്റിനം കള്ളിച്ചെടികളുമെല്ലാം പഴനിയപ്പൻ വണ്ടിക്കണക്കിനു ശേഖരിച്ചു കൊണ്ടുവന്ന് തെങ്ങുകൾക്കു പച്ചിലവളമായി ചേർത്തിരുന്നു.

അതുപോലെയൊരിക്കൽ കുണ്ടലപ്പേട്ട റോഡിലൂടെ പച്ചിലവളം ശേഖരിക്കാൻ വണ്ടിയും കൊണ്ടുപോയപ്പോൾ പടിഞ്ഞാറൻ പ്രദേശത്തെ മുന്തിരിത്തോട്ടങ്ങളിലെ ഭൂമിയുടെ പുഷ്ടി നേരിട്ടു കണ്ടു. അവിടെ കൽത്തൂ

ണുകൾ വരിവരിയായി നട്ട് കമ്പികൾ കൊണ്ടു പന്തലിട്ടിരിക്കുന്നു. നല്ല ശുശ്രൂഷയും ചെയ്യുന്നുണ്ടെന്ന് കണ്ടാലറിയാം.

വേലിക്കലെ കള്ളിച്ചെടികൾ ഇവിടെ വെള്ളം സമൃദ്ധിയായി കിട്ടുന്നുണ്ടെന്ന് വിളിച്ചോതി. വൈകുന്നേരത്തോടെ വണ്ടി നിറയെ പച്ചയും ശേഖരിച്ച് മടങ്ങവേ, കള്ളിച്ചെടികൾ മുന്തിരിച്ചെടികൾക്കു വളമായി ചേർത്തിരിക്കുന്നത് അയാൾ ശ്രദ്ധിച്ചു. അയാളുടെ വിചാരങ്ങളിൽ തത്വചിന്ത കലർന്നു.

– ദൈവം എല്ലാ ജീവജാലങ്ങളും ഒരു പോലെ സൃഷ്ടിക്കുന്നു പക്ഷേ മനുഷ്യര് അവർക്കു തോന്നുന്നതുപോലെ അതിനെ മാറ്റിമറിക്കുന്നു. കണ്ടില്ല്യോ? മുന്തിരിയും ചെടി! കള്ളിയും ചെടി! ഒന്നിന്റെ വളർച്ചയ്ക്കു വേണ്ടി മറ്റേതിനെ ജീനവോടെ വെട്ടിമുറിച്ച് വളമാണെന്നും പറഞ്ഞ് ചേർക്കുന്നു. ഇപ്പ നമ്മളും വണ്ടീം കൊണ്ടുവന്ന് അതുതന്നെയല്ല്യോ ചെയ്യുന്നെ?

ഓരോ ചിന്തകളിലേക്കു മനസു വഴുതിവീണപ്പോൾ കാളകൾ നടപ്പു മെല്ലെയാക്കി. പെട്ടെന്ന് അയാൾ അവറ്റകളെ ഉഷാറാക്കി. പോകുന്നവഴിക്ക് ആടുമാടുകളെ മേച്ചുകൊണ്ടുനടക്കുന്ന കുട്ടികളെ കണ്ടു. അപ്പോൾ, അരുക്കാണിക്കു വേണ്ടി ആടുമാംസം വാങ്ങാൻ നഗരത്തിലേക്കു പോയത് ഓർമവന്നു. അന്നും മനസിൽ ഇത്തരം ഒരാലോചനയുണ്ടായി.

– ആടും ഒരു ജീവി. മനുഷ്യനും ഒരു ജീവി. രണ്ടിനെയും സൃഷ്ടിച്ചതു ദൈവം തന്നെ. എന്നാൽ മനുഷ്യൻ തന്റെ രുചിഭേദത്തിനുവേണ്ടി ആടിനെ കൊന്നു തിന്നുന്നു. ഒരു ചെടി മറ്റൊരു ചെടിക്കു വളമാകുന്നു! ഒരു ജീവി മറ്റൊരു ജീവിക്കു ഭക്ഷണമാകുന്നു! ഇന്നും ഇന്നലെയും തൊടങ്ങിയതല്ലല്ലോ ഇത്. എത്ര നാളായി ഇതിങ്ങനെ കാണുന്നു.

പലതും ഇങ്ങനെ മനസിലോർത്തുകൊണ്ട് വീടണയുമ്പോഴേക്കും നേരം അന്തിയാവാറായി. തണുത്ത കാറ്റും ചാറ്റൽമഴയും തുടങ്ങി. വണ്ടിയിൽനിന്ന് പച്ചിലക്കെട്ടുകൾ മറ്റുള്ളവരുടെ സഹായത്തോടെ അയാൾ വഴിയരുകിലിറക്കിവെച്ചു.

ഒൻപത്

തൊഴുത്തിൽ കെട്ടിയിരുന്ന കറവപ്പശുകളിലൊന്ന് കൂടെക്കൂടെ തുമ്മുന്നതും മൂക്കൊലിപ്പു മൂലം ബുദ്ധിമുട്ടുന്നതും നഞ്ചപ്പന്റെ ശ്രദ്ധയിൽപ്പെട്ടു. അയാൾ മറ്റുള്ളവരോട് അതിനു വേണ്ടതു ചെയ്യാൻ പറഞ്ഞേൽപ്പിച്ചിട്ട് പതിവു പോലെ യാത്രയായി.

പശുവിന്റെ മൂക്കിൽനിന്ന് ഒരുതരം ശബ്ദം കേൾക്കാനുണ്ടായിരുന്നു. "പുല്ലു തിന്നുമ്പൊ വല്ല ചെറിയ കമ്പെങ്ങാൻ അകത്തു ചെന്നതായിരിക്കും. ഒന്നു നോക്കിയേ." പഴനിയപ്പൻ സുബ്ബയനെ വിളിച്ചു കാട്ടിക്കൊടുത്തു. അയാളും അതു ശരിവെച്ചു. "ആണെന്നാ തോന്നുന്നെ. അല്ലങ്കി, ചെലപ്പൊ വെള്ളം കുടിക്കുമ്പൊ വല്ലതും തൊണ്ടയില് കുടുങ്ങിയാലും ഇങ്ങനാ..."

"ഒരു കാര്യം ചെയ്യാം കരപ്പാളയം ഗൗണ്ടരെ വിളിച്ചു കാണിക്കാം."

പഴനിയപ്പൻ അങ്ങേരെ അന്വേഷിച്ചുപോയി.

ഗൗണ്ടർക്ക് മനുഷ്യനും കാലികൾക്കും വേണ്ട പച്ചമരുന്നുകളെക്കുറിച്ച് നന്നായി അറിയാം.

ഗൗണ്ടർ എതിരെ വരുന്നുണ്ട്.

"ഒന്നു കാണണമെന്നും പറഞ്ഞ് ഞാനങ്ങോട്ട് വരുകാരുന്നു" പഴനിയപ്പൻ വിവരം പറഞ്ഞു.

"ഇത്രയേയുള്ളോ? നടക്ക്.. ഇപ്പൊത്തന്നെ ശരിയാക്കാം. എന്നു പറഞ്ഞ് ഗൗണ്ടർ നടന്നു വഴിയരികിലെ വേലിപ്പടർപ്പിൽ നിന്ന് ചില ഇലകൾ അങ്ങോർ പറിച്ചെടുത്തു. പഴനിയപ്പനോട് അതേപോലെയുള്ള ഇലകൾ കുറേക്കൂടി പറിച്ചെടുക്കാൻ നിർദേശിച്ചു. ആവശ്യത്തിന് ഇലകൾ ശേഖരിച്ചതിനു ശേഷം അതിന്റെ ചാറ് പശുവിന്റെ രണ്ടു നാസ്വാദാരങ്ങളിലും ദിവസേന മൂന്നുതവണ ഒഴിക്കാൻ പറഞ്ഞു.

"ഇന്നു ബുധനാഴ്ചയല്ല്യേ?'

"അതെ."

"ഇന്നു തൊടങ്ങിയാല് വെള്ളിയാഴ്ച രാത്രിയ്ക്കകം പശുവിന് സുഖമാകും. പിന്നെ നല്ലോണം പുല്ലുതിന്നോളും."

പറഞ്ഞതുപോലെ തന്നെ പശുവിന്റെ ദീനം ഭേദമായി. അങ്ങോരുടെ പച്ചില വൈദ്യം അടുത്തുള്ള കൃഷിക്കാർക്കും പ്രയോജനപ്പെട്ടു.

കുറച്ചുനാളുകൾക്കു മുമ്പ് അങ്ങേരുടെ കാലിലുണ്ടായ മുറിവുണങ്ങാൻ വണ്ടിപ്പൂട്ടാൻ ഇലകളുടെ ചാറ് മൂന്നുദിവസം ഒഴിച്ച് മുറിവു കെട്ടിയതും, അതിശീഘ്രം തന്നെ അതുണങ്ങിയതും അയാൾ കണ്ടതാണ്.

"മൃഗത്തിനാണേലും മനുഷ്യനാണേലും എല്ലാത്തിനും നമുക്കു ചുറ്റുംതന്നെ മരുന്നുകളൊണ്ട്. നമ്മളാണ് അതൊന്നും കാണാത്ത ഭാവത്തിൽ നടക്കുന്നത്" എന്നഭിപ്രായപ്പെട്ട ഗൗണ്ടർ പഴനിയപ്പന് നിരവധി ഔഷധച്ചെടികളുടെ ഇലകളെക്കുറിച്ചും അവയുടെ ഗുണങ്ങളെക്കുറിച്ചുമൊക്കെ മനസിലാക്കിക്കൊടുത്തു. അന്ന് ഒരു വയറുവേദനക്കാരന്റെ കഥയും പറഞ്ഞ് തന്നിട്ടുണ്ട്.

"മാറാത്ത വയറുവേദനക്കാരനൊരുത്തനൊണ്ടാരുന്നു. എന്റെ കൂട്ടാളിയാണെന്നു വച്ചോ. പലതരം ചികിത്സ ചെയ്തെങ്കിലും ഫലമുണ്ടായില്ല. ഒടുവിൽ എന്റടുത്തു വന്നു. ഞാൻ ഏറ്റവുമെളുപ്പത്തിൽ ചെയ്യാമ്പറ്റുന്ന ഒരു മരുന്നു പറഞ്ഞുകൊടുത്തു. അവന്റെ വയറുവേദന പമ്പ കടന്നു. മരുന്നെന്താണെന്ന് അറിയണ്ടായോ? വെളുപ്പിനെ എഴുന്നേറ്റ് തൊഴുത്തിൽച്ചെന്ന്, പശു മൂത്രമൊഴിക്കുന്ന സമയത്ത് രണ്ടു കൈയും ചേർത്തു കുമ്പിളാക്കി അതിൽ ഗോമൂത്രം പിടിച്ച് നാലഞ്ചു കവിൾ കഴിക്കാൻ പറഞ്ഞു. കാപ്പീം ചായേമൊക്കെ ഉപേക്ഷിക്കണം, എന്നാലേ മരുന്നു ഫലിക്കുകയുള്ളൂ എന്നും പറഞ്ഞു. അവൻ അങ്ങനെ തന്നെ ചെയ്തു. വയറുവേദന നിശ്ശേഷം മാറി."

ഗൗണ്ടർ ദിവസത്തിലൊരിക്കലെങ്കിലും അവിടെ വന്ന് കാര്യങ്ങളന്വേഷിക്കുക പതിവായി. ഇപ്പോൾ "നഞ്ചപ്പഗൗണ്ടരുടെ എസ്റ്റേറ്റ്" എന്നു പറഞ്ഞാൽ കാലിച്ചെക്കന്മാർക്കുപോലും അറിയാമെന്ന സ്ഥിതിയായി. വിളവും വരുമാനവും നാൾക്കുനാൾ വർധിച്ചുവന്നു.

പൊന്നമ്മയുടെ തൊഴുത്തിലെ കാലികളെ നോക്കാൻ ജോലിയിൽ താൽപര്യവും ചുറുചുറുക്കുമുള്ള രണ്ടു പയ്യന്മാരെ സ്ഥിരമായി ചെല്ലും ചെലവും കൊടുത്ത് ഏർപ്പാടാക്കിയിട്ടുണ്ട്.

അരുക്കാണിയുടെ എരുമകാളെ പാലിക്കുന്നത് രണ്ട് മുതിർന്നവരാണ്. ഇതിനു പുറമെ, അവിടെ ചെമ്മരിയാടുകളുമുണ്ട്. അങ്ങനെ കൃഷിക്കുള്ള വളം സമൃദ്ധമായി ലഭിച്ചു എന്നു മാത്രമല്ല, അവയുടെ പ്രത്യുൽപ്പാദനത്തിലൂടെ നല്ലവരുമാനവുമുണ്ടായി.

കഴിഞ്ഞ വർഷം ചെമ്മരിയാടുകൾക്ക് ആട്ടിൻ പട്ടിയുണ്ടാക്കാൻവന്നവരാണ് നഞ്ചപ്പന് ആട്ടിൻ കിട ഇടാനുള്ള ഉപായം പറഞ്ഞുകൊടുത്തത്. അവരെ ഒരു സുഹൃത്താണ് പരിചയപ്പെടുത്തിത്തന്നത്.

അഞ്ചുപേരുടെ മേൽനോട്ടത്തിൽ അറുന്നൂറു ചെമ്മരിയാടുകൾ.

അവർ കൃഷിയിടമെല്ലാം നോക്കിക്കണ്ടു. കൃഷിയിറക്കിയിട്ടുള്ള നില മൊഴിച്ച് ബാക്കിയെല്ലായിടത്തും ആട്ടിൻകിട ഇടാമെന്ന് തീരുമാനിച്ചു. അതിനുശേഷം വിളവെടുപ്പു കഴിയുന്ന മുറയ്ക്ക് അവിടെയും ആട്ടിൻകിട ഇട്ടാൽ അടുത്ത കൃഷിക്ക് അതു വളരെ പ്രയോജനം ചെയ്യുമെന്ന് നഞ്ചപ്പൻ മനസിലാക്കി.

മൂന്നുമാസം കൊണ്ട് എല്ലായിടത്തും ആട്ടിൻ പട്ടിയും ആട്ടിൻ കിടയും ഉണ്ടാക്കിത്തീരുമെന്ന് അവർ അറിയിച്ചു. അതിനുള്ള കരാറും ഉറപ്പിച്ചു. ദിവസവും നൂറാടുകൾക്ക് ഇത്ര പണം. പുറമേ അവർക്കു ചോറിനുള്ള ധാന്യം. നഞ്ചപ്പൻ അഞ്ഞൂറുരൂപ അഡ്വാൻസു കൊടുത്തു. അടുത്ത തിങ്കളാഴ്ച രാവിലെ ആടുകളുമായി എത്താമെന്നുപറഞ്ഞ് അവർ മടങ്ങി.

പറഞ്ഞതുപോലെ തിങ്കളാഴ്ച പുലരുന്നതിനുമുമ്പേ തന്നെ ചെമ്മരിയാട്ടിൻ കൂട്ടവുമായി അവർ വന്നു. നാലഞ്ചു സഹായികളും രണ്ടു നായ്ക്കളും കൂടി അവരുടെ സംഘത്തിലുണ്ടായിരുന്നു. പകൽ ആടുകളെ മേയ്ക്കാൻ വിശാലമായ മേച്ചിൽ സ്ഥലം സമീപത്ത് ഉണ്ടായിരുന്നത് സൗകര്യമായി.

ആടുകൾക്ക് വെള്ളം കുടിക്കാനുള്ള ഏർപ്പാടുകളും തയാറായി.

ഓരോ ദിവസവും രാത്രി ആട്ടിൻകിടയിട്ടാൽ അടുത്ത ദിവസം ആടുകളെ മേയ്ക്കാൻ കൊണ്ടുപോകും ആ സമയത്ത് അവിടം ഉഴുന്നതാണ് ഏറ്റവും ഉചിതം എന്നു പഴനിയപ്പനറിയാം. എങ്കിലും ഒന്നിടവിട്ട ദിവസങ്ങളിൽ ഉഴുതാലും കുഴപ്പമില്ല എന്ന് ജോലിക്കൂടുതൽമൂലം തീരുമാനിക്കുകയായിരുന്നു. അയാൾ സുബ്ബയ്യനുമായി ജോലികൾ പങ്കിട്ടു ചെയ്തു.

''നമ്മടവിടൊക്കെ മുളകൊണ്ടു വേലികെട്ടി അതിനകത്താ ആട്ടിൻകിട. അങ്ങനെയൊന്നും ഇവിടെ ചെയ്യാൻ പറ്റുകേല. ഇത്രേം ദൂരം ഇവറ്റകളെ കൊണ്ടുവന്നതുതന്നെ വല്യ കാര്യം.''

"അവര് ഊഴം വച്ച് ഉറക്കമെളച്ചാ ആട്ടുങ്ങളെ നോക്കുന്നത്. അതുങ്ങളും നല്ല അനുസരണയൊള്ളതുങ്ങളാ. മിണ്ടാതെ കെടക്കുന്നുണ്ട്. വേനൽക്കാലത്തു കൊഴപ്പമില്ല മഴക്കാലത്താ പാട്."

"അതു മാത്രമല്ലന്നേ! രാത്രി കഴിയുമ്പഴേക്കും ആടുകളെ മൂന്നാലു തവണ സ്ഥലം മാറ്റിമാറ്റി അടയ്ക്കണ്ടായോ? അപ്പൊഴല്ലേ ആട്ടിൻകാട്ടോം മൂത്രോമൊക്കെ എല്ലാടത്തും പരക്കത്തൊള്ളു.

"നെലത്തിന് ആകെ കിട്ടുന്ന ശരിക്കൊള്ള വളം അതല്യോ. അതാ ആട്ടിൻ കിടയിടുന്നതിന്റെ പ്രയോജനം. രണ്ടു മൂന്നു കൃഷിക്ക് അതുമതി.''

"വെലയ്ക്കു മേടിക്കുന്ന വളം എത്രയിട്ടാലും ഇതുപോലെയാകത്തില്ല.''

കുറച്ചു നാളുകൾ കൊണ്ട് ആട്ടിൻപറ്റക്കാർ ഇവരുമായി നല്ല സൗഹൃദത്തിലായി.

"ങ്ങള് ആഴ്ചേലൊരിക്കല് അരീം പിന്നെ ഇഷ്ടംപോലെ പച്ചക്കറീം തരുന്നൊണ്ട്. പിന്നെ ഞങ്ങക്കെന്തവാ കൊറവ്."

"അപ്പൊ ഇങ്ങനെ ഓരോ വയലേലയിലും പോയാല് കിട്ടുന്ന കാശ് മുഴുവനും മിച്ചമാ അല്ല്യോ! പഴനിയപ്പൻ വെറുതെ ചോദിച്ചു.

"ങാ! അങ്ങനെ കൊറെ മിച്ചമാകുമ്പഴ് മൂന്നുമാസം കൂടുമ്പം നാട്ടീ ച്ചെന്ന് കെട്ട്യോളേം പിള്ളേരേം ഒക്കെ കണ്ടേച്ചു വരും.

"പിന്നേം പണം വേണ്ടി വന്നാല്, ആടുകളെ വിൽക്കും. കൊല്ലത്തി ലൊരു തവണ ആട്ടിൻ രോമം വെട്ടിക്കൊടുക്കും. അങ്ങനേം കൊറച്ചു കാശു കിട്ടും. ഇതുങ്ങളെ വെച്ചാ ഞങ്ങടെ വണ്ടി ഓടുന്നെ."

"ആടുങ്ങള് പെറ്റുപെരുകിയാലേ ലാഭമൊള്ളൂ. ഞങ്ങള് നൂറാടിനെ വെച്ചു തൊടങ്ങിയതാ. ഇപ്പം കൂടിക്കൂടി ചേട്ടാനുജന്മാരെല്ലാംകൂടി നോക്കണ്ട നെലയിലായില്ല്യോ."

ഓരോ സ്ഥലത്തേക്കും മാറിപ്പോകുമ്പോൾ പാചകത്തിനുള്ള പാത്ര ങ്ങൾ മാത്രം ഒരു ചാക്കിൽകെട്ടി എടുക്കും. അതിനു പുറമേ, ചെമ്മരി യാടിന്റെ രോമം കൊണ്ടു നെയ്ത കട്ടിയുള്ള പുതപ്പുകൾ മാത്രമേ അവ രുടെ പക്കലുണ്ടാവുകയുള്ളൂ.

നേരം കുറേശ്ശെ ഇരുട്ടിത്തുടങ്ങി. ആടുകൾ കിടകൾക്കുള്ളിൽ ഒതു ങ്ങിക്കിടക്കുന്നു. ആട്ടിൻ കുട്ടികൾ മാത്രം നിൽക്കുകയാണ്. അവറ്റ സാധാ രണ കിടക്കുക പതിവില്ല. അവയെ ഒരരികിലേക്കൊതുക്കിയിട്ട് ഒരാൾ പാചകത്തിലേർപ്പെട്ടു. നായകൾ ശ്രദ്ധയോടെ ആടുകൾക്കു കാവൽ നിന്നു.

മറ്റുള്ളവർ പച്ചക്കറി പറിച്ചുകൊണ്ടുവന്ന് മുറിക്കാൻ തുടങ്ങി. ഇളം ചോളക്കൊണ്ടകൾ പറിച്ചുകൊണ്ടുവന്ന് ചോളം അടർത്തിയെടുത്തു. തട്ട പ്പയറും ചെറുപയറും മറ്റും ചേർത്ത് ആട്ടിൻപാൽ കറന്ന് അതിനോടൊപ്പം പാത്രത്തിലൊഴിച്ചു വേവിച്ചു ഭക്ഷണം തയാറാക്കിക്കൊണ്ടിരുന്നു.

"ഉം നമ്മുടെ നാട്ടിലൊണ്ടാക്കുന്നതുപോലെയാണല്ലോ. നല്ല മണം വരുന്നു. ദേ വായില് വെള്ളമൂറുന്നു." സുബ്ബയ്യനും അയാളെ പിന്തുടർന്ന് പഴനിയപ്പനും എത്തി. ഭക്ഷണം പാകമായപ്പോൾ എല്ലാവരും ചേർന്ന് ആ വിഭവം കഴിക്കാൻ തുടങ്ങി.

ഇതുപോലെ രുചിയായിട്ടു കഴിച്ചിട്ട് എത്രകാലമായി എന്നവർ ഓർത്തുപോയി.

"നാടും വീടും വിട്ട് ഇത്രേം ദൂരെ വന്നല്ലോന്ന് ഒരുപാട് നാള് ഞങ്ങക്കു വെല്യ വേഷമമാരുന്നു. നിങ്ങളെ കണ്ടപ്പൊ നിങ്ങടെ പാടാ കൃതി കേക്കുമ്പൊ ഞങ്ങൾക്കും മനസിനു സമാധാനം തോന്നുന്നൊ ണ്ട്."

"ഞങ്ങള് ഇവിടെ വന്ന കാലം ആകെയുള്ള കൊറച്ച് കന്നുകാലി കളെ കൊണ്ടുവരാൻ എന്തു പാടുപെട്ടു? നിങ്ങള് ഇത്രേം എണ്ണത്തിനേം കൊണ്ട് ഇത്രേം ദൂരം വന്നിരിക്കുന്നതു കാണുമ്പം ഞങ്ങളെട പാടൊന്നും സാരമില്ലെന്നു തോന്നുവാ.."

“അതൊക്കെ മനസിന്റെ ഒരുബലത്തിലങ്ങനെ പോകുവല്ലേ. ഇവിടത്തെ പണി കഴിഞ്ഞാല് ഞങ്ങൾക്ക് വടക്ക് നഞ്ചൻഗുണ്ടു ഭാഗത്തു പോകണം. എന്നിട്ട് മൈസൂരൊക്കെ ഒന്നു ചുറ്റിയടിച്ചും വെച്ചുവേണം നാട്ടിലോട്ടുപോകാൻ.

ഒരിടത്തു നിന്നും മറ്റൊരിടത്തേക്ക് ജീവിതം പറിച്ചു നടുമ്പോഴുണ്ടാവുന്ന പ്രയാസങ്ങളും വേർപാടിന്റെ വേദനകളുമൊക്കെ ലാഘവത്തോടെ കാണണമെന്നും അവ കാലത്തിരിച്ചിലിനിടെ അന്തരീക്ഷത്തിൽ അലിഞ്ഞില്ലാതാകണമെന്നും അവരുമായുള്ള സമ്പർക്കത്തിൽ നിന്നു പഴനിയപ്പനും ബോധ്യമായി.

വർഷത്തിലൊരിക്കൽ നഞ്ചപ്പൻ കുന്നിനുതാഴെയുള്ള മുനിയപ്പസ്വാമിക്ക് ആടിനെ ബലികൊടുക്കാറുണ്ട്. അന്ന് ജോലിക്കാർക്കും കൂടിക്കാർക്കുമെല്ലാം മൃഷ്ടാന്നഭോജനം നൽകും. അവരെ സന്തോഷിപ്പിച്ച് വരുതിയിൽ നിർത്താൻ നഞ്ചപ്പൻ ഇങ്ങനെ പല ഉപായങ്ങളും കണ്ടെത്തിയിരുന്നു. വേലുമണി അയാളുടെ ഒപ്പം നിന്ന് ഈ വക തന്ത്രങ്ങൾ മനസിലാക്കിവന്നു.

തെക്കേ ഭാഗത്തു ഭൂമി അൽപ്പം ഉയർന്നതാകയാൽ അവിടേക്കുവെള്ളം തിരിച്ചുവിടാൻ ബുദ്ധിമുട്ടുണ്ടായിരുന്നു. അതിനാൽ അവിടെ മൾബറിച്ചെടികൾ നട്ട് പട്ടുനൂൽപ്പുഴുക്കളെ വളർത്താൻ അയാൾക്ക് ഉദ്ദേശ്യമുണ്ടായിരുന്നു. പക്ഷേ അതിന് മാത്രമായി പ്രത്യേകം ജോലിക്കാരെ നിയോഗിച്ചാലേ വിജയിക്കുകയുള്ളൂ എന്നു മനസിലാക്കിയപ്പോൾ അയാൾ പദ്ധതി പിന്നേക്ക് മാറ്റിവെച്ചു.

കലാമണി യൗവനത്തിലേക്കു കാലെടുത്തു വെച്ചിരിക്കുന്നു. അവളുടെ വളർച്ചയിൽ പഴനിയപ്പനുപോലും വിശ്വാസം വന്നില്ല. ഒരു വർഷം കഴിഞ്ഞ് നഞ്ചപ്പൻ രാമണ്ണ ഗൗണ്ടരുടെ സമ്മതത്തോടെ അവളും വേലുമണിയുമായുള്ള വിവാഹം നടത്തി.

പൊന്നമ്മ ഇതു പ്രതീക്ഷിച്ചില്ല. എങ്കിലും അവൾ തടസമൊന്നും പറഞ്ഞില്ല. മകളും തന്നെപ്പോലെ കഷ്ടപ്പെടേണ്ടിവരുന്നല്ലോ എന്ന വേദന ഉൾക്കാമ്പിലുണ്ടായിരുന്നു. എന്നാൽ കരപ്പാളയം ഗൗണ്ടർ ഈ ബന്ധത്തെ അനുകൂലിച്ചുകൊണ്ട് രാമണ്ണ ഗൗണ്ടരോട് സംസാരിക്കുന്നതു കേട്ടപ്പൊഴാണ് അവൾക്കാശ്വാസമായത്.

സരസ്വതി വലുതാകുമ്പോൾ തന്റെ മകനു വേണ്ടി പെണ്ണു ചോദിക്കാമെന്നു തുളസിയമ്മ ആഗ്രഹിച്ചു. പക്ഷേ ആഗ്രഹങ്ങളൊന്നും സഫലമാവാൻ കാലം അനുവദിച്ചില്ല. രാമണ്ണഗൗണ്ടർ ആരോഗ്യം ക്ഷയിച്ച് കിടപ്പിലായി. മുമ്പേതന്നെ ശല്യപ്പെടുത്തിക്കൊണ്ടിരുന്ന ചുമ ഇവിടെ വന്നപ്പോൾ അധികമായി.

രാത്രിയിലാണ് ചുമയുടെ ശല്യം വർധിക്കുക. ചുമച്ചു ചുമച്ച് ഉറങ്ങാൻ പോലും വയ്യാതെ അങ്ങേർ കഷ്ടപ്പെട്ടു.

‘നമ്മുടെ നാട്ടിലെക്കാളും തണുപ്പാ ഇവിടെ. തണുപ്പു തട്ടിയിട്ടാ ഇങ്ങനെ ചുമയ്ക്കുന്നെ. കാലാവസ്ഥയുമായിട്ട് ചേരാൻ കൊറച്ചു സമയമെടുക്കും.’ അതായിരുന്നു പഴനിയപ്പന്റെ നിഗമനം.

ഗൗണ്ടരുടെ അസുഖം നാൾക്കുനാൾ വർധിച്ചുവന്നു. ചുമയ്ക്കുമ്പോൾ നെഞ്ചുവേദന അനുഭവപ്പെടുന്നുണ്ട്. നഞ്ചപ്പൻ, ഗൗണ്ടരെ പട്ടണത്തിലെ ആശുപത്രിയിൽ കൂട്ടിക്കൊണ്ടുപോയി. ഡോക്ടറെ കാണിച്ച് മരുന്നു വാങ്ങി കൊടുത്തു. അയാൾ ഗൗണ്ടരെ സ്നേഹപൂർവം പരിചരിച്ചു.

എന്നാൽ ഗൗണ്ടർ ചികിത്സ നിഷേധിക്കുകയാണുണ്ടായത്. എങ്കിലും അടുത്ത പ്രദേശത്തെ കമ്പൗണ്ടരെ വരുത്തി ഇടയ്ക്കിടെ കുത്തിവെയ്ക്കാൻ ഏർപ്പാട് ചെയ്തു. എഴുന്നേറ്റു നടക്കാൻപോലും വയ്യാതെ ഗൗണ്ടർ അവശനായി. കിടപ്പു തന്നെ. ശരീരത്തിൽ ബെഡ് സോർ എന്ന കുരുക്കളുണ്ടായി. പൊന്നമ്മ അച്ഛന്റെ അവസ്ഥയോർത്തുകണ്ണീർവാർത്തു. അവൾക്ക് വീണ്ടും ജോലിഭാരം വർധിച്ചു. ഒരു മിനിറ്റു പോലും നിൽക്കാനിടയില്ലാതെ അവൾ പണിയെടുത്തു. മകളുടെ കഷ്ടപ്പാടു കണ്ട് ഗൗണ്ടർക്കും മനോവ്യഥയുണ്ടായി.

'ഇവിടെ വന്ന് ഇങ്ങനെ കഷ്ടപ്പെടുന്നതിനേക്കാളും നാട്ടിൽത്തന്നെ കഴിഞ്ഞാ മതിയാരുന്നു.' എന്ന് പൊന്നമ്മ ഇടയ്ക്ക് ആത്മഗതം ചെയ്യും. അപ്പോൾ തുളസിയമ്മ അവളെ ആശ്വസിപ്പിക്കും. ഒന്നും ഇവിടെ വന്നതുകൊണ്ടല്ല പൊന്നമ്മേ' അങ്ങേർക്കു വയസും പ്രായോം കൂടിയില്ലേ്യ. പാവം! ഇവിടായതുകൊണ്ട് എല്ലാവർക്കും കാണാനെങ്കിലും പറ്റുന്നു. അല്ലേല് ഓരോരുത്തര് ഓരോയിടത്തായിരുന്നെങ്കില്, സഹായിക്കാൻ പോലും പറ്റുന്നില്ലല്ലോ എന്നു നമുക്കു സങ്കടം തോന്നിയേനെ... അങ്ങനെ നോക്കുമ്പം ഇതല്ലേ ഭേദം! അവർ തന്റെ അറിവുപയോഗിച്ച് സമാധാനിപ്പിച്ചു.

ഗൗണ്ടർക്ക് കഞ്ഞി കുടിക്കാനും വയ്യാതായി. വെള്ളമിറക്കാൻ പോലും പ്രയാസം. അപ്പനിനി അധികം നാളില്ല എന്ന സത്യം പൊന്നമ്മയ്ക്കു വെളിപ്പെട്ടു. അവളുടെ മനസ് വല്ലാതെ വിഷാദമൂകമായി. മകൾക്ക് താങ്ങായി വന്നിട്ട്, അധികം കഴിയുമ്മുമ്പേ ഇങ്ങനെയായല്ലോ എന്ന വ്യഥ ഗൗണ്ടരുടെ മുഖത്ത് പ്രകടമായിരുന്നു. മിണ്ടാൻ കഴിഞ്ഞില്ലെങ്കിലും മകളോട് എന്തോ പറയാൻ ആ പിതാവ് വെമ്പുന്നുണ്ടായിരുന്നു. ഗൗണ്ടരുടെ അന്ത്യനിമിഷങ്ങൾ അടുത്തുകൊണ്ടിരുന്നു.

കട്ടിലിനുചുറ്റും ഭാര്യയും കൊച്ചുമക്കളും കരഞ്ഞുകൊണ്ട് കാവലിരുന്നു. ഇനി ഗൗണ്ടരെ നിലത്തു പായ വിരിച്ച് കിടത്താമെന്ന് പഴനിയപ്പനും സുബ്ബയ്യനും നഞ്ചപ്പനും കൂടിയാലോചിച്ച് തീരുമാനിച്ചു. കട്ടിലിൽ കിടക്കുമ്പൊ ജീവൻ പോകാൻ പാടില്ല എന്ന് പഴമക്കാർ പറയാറുള്ളത് നഞ്ചപ്പനോർത്തു. എന്നും ബൈക്കെടുത്ത് പട്ടണത്തിലേക്കു പോകാറുള്ള നഞ്ചപ്പൻ ഗൗണ്ടരുടെ ആരോഗ്യസ്ഥിതി മോശമായിക്കൊണ്ടിരുന്നതിനാൽ രണ്ടു മൂന്നു ദിവസമായി എങ്ങും പോകാറില്ല.

താഴെ കിടത്തിയതിനുശേഷം പൊന്നമ്മയും മറ്റുള്ളവരും ഇളനീരും പാലും ഇടയ്ക്കിടെ ഗൗണ്ടരുടെ വായിൽ കുറേശ്ശെ ഒഴിച്ചുകൊടുത്തുകൊണ്ട് അരികത്തുതന്നെയിരുന്നു. അങ്ങേരുടെ കണ്ണുകളിൽനിന്ന് കണ്ണീർ ധാരധാരയായി ഒഴുകി.

“പൊന്നാ! എന്ന് ക്ഷീണസ്വരത്തിൽ നാവു കുഴഞ്ഞ് അങ്ങോർ വിളിച്ചപ്പോൾ അവൾക്കു സഹിക്കാൻ കഴിഞ്ഞില്ല. തന്റെ കൈ പിതാവിന്റെ നെഞ്ചത്തു വെച്ച് ഇരുന്നു... വൈകുന്നേരമായപ്പോൾ ആ ജീവൻ പൊലിഞ്ഞു.

അത്രയും നേരം അടക്കിവെച്ചിരുന്ന തന്റെ മനോദുഃഖം മുഴുവനും അണമുറിച്ച് പുറത്തേക്കു വിട്ടു, ഗൗണ്ടരുടെ ഭാര്യ മുത്തമ്മ.

“നിങ്ങള് ജനിച്ചതൊരടത്ത്, ജീവിച്ചതു വേറൊരടത്ത്... ഇപ്പം മരിക്കുന്നതു പിന്നേം വേറൊരടത്ത്. ഞാൻ അനാഥയായിപ്പോയല്ലോ ദൈവമേ! അവർ നിലത്തു കിടന്നുരുളുകയും മാറത്തടിച്ചു വിലപിക്കുകയും ചെയ്തു.

അച്ഛന്റെ മരണവും അമ്മയുടെ വിലാപവും പൊന്നമ്മയെ തളർത്തി. എങ്കിലും അവൾ അമ്മയെ കെട്ടിപ്പിടിച്ച് സമാധാനിപ്പിച്ചു : “അമ്മയ്ക്കു ഞാനില്ലേന്നും!”

രാമണ്ണഗൗണ്ടരുടെ മരണവാർത്തയറിഞ്ഞ് അയൽക്കാരും നഞ്ചപ്പന്റെ പട്ടണത്തിലെ സുഹൃത്തുക്കളുമെല്ലാം രാവിലെ തന്നെ എത്തി.

പൊന്നമ്മയുടെ ബന്ധുക്കളെ വിവരമറിയിക്കാൻ നഞ്ചപ്പൻ സുബ്ബയ്യനെ ശട്ടം കെട്ടി.

അസുഖം ബാധിച്ചു മരിച്ചതിനാൽ മൃതശരീരം അധികനേരം സൂക്ഷിക്കാതെ സംസ്കരിക്കാൻ അവർ തീരുമാനിച്ചു. കിഴക്കേ അതിർത്തിയിലുള്ള ‘താഴ്ച’യിൽ ഇവരുടെ കൃഷിയിടത്തിന്റെ ഒരറ്റത്തായി അതിനുള്ള സ്ഥലവും കണ്ടെത്തി.

ചടങ്ങുകൾക്കു ശേഷം ഉച്ചയായപ്പോൾ ജഡമെടുത്തു. തെങ്ങുകളുടെ നിഴലുകൾക്കിടയിലൂടെ നെൽപ്പാടങ്ങൾ ഇടത്തും കരിമ്പു വയലുകൾ വലത്തും ചൂഴ്ന്നു നിൽക്കേ അച്ഛന്റെ ശരീരവും ചുമന്നുകൊണ്ട് ആളുകൾ നടന്നു നീങ്ങുന്നത് പൊന്നമ്മ ഏങ്ങിക്കരഞ്ഞുകൊണ്ട് നോക്കിനിന്നു. ദുഃഖതാപം കൊണ്ട് തളർന്നുവീഴാൻ തുടങ്ങിയ അവളെ തുളസിയമ്മ താങ്ങിപ്പിടിച്ചു.

പത്ത്

അച്ഛന്റെ വിയോഗം മൂലമുണ്ടായ ദുഃഖത്തിൽ നിന്ന് അത്രവേഗത്തിൽ മോചിതയാവാൻ പൊന്നമ്മയ്ക്കു കഴിഞ്ഞില്ല. അതിന്റെ നടുക്കം മാറുംമുമ്പേ ഒരു വർഷത്തിനകം തന്നെ അവൾക്ക് അമ്മയെയും നഷ്ടമായി.

എവിടെയോ ജനിച്ച്, മറ്റൊരിടത്തു വളർന്ന് ഒടുവിൽ തങ്ങളുടെ മക്കൾ ജീവിക്കുന്ന മണ്ണിന് വളമാകുന്നതുപോലെ രണ്ടുപേരും അവിടെ വന്നു ജീവൻ വെടിഞ്ഞു.

ഉണ്ടായിരുന്ന ഒരേ ഒരു ആശ്രയകേന്ദ്രവും ഇപ്പോൾ ഒരു കൈപ്പിടി മണ്ണിലൊതുങ്ങി എന്ന യാഥാർത്ഥ്യം അവളെ വല്ലാതെ ഉലച്ചു കളഞ്ഞു. ഇനി താനും ഭർത്താവും മക്കളും ഈ മണ്ണിൽ കിടന്നുഴുകയല്ലാതെ ഗത്യന്തരമില്ല. ഒഴിവാക്കാൻ പറ്റാത്ത ഒരാത്മബന്ധം ഈ മണ്ണിൽ പതിഞ്ഞു പോയിരിക്കുന്നു.

“എന്റെ കയ്യില് ബാക്കി വന്ന ഒരേ ഒരു സ്വത്ത് ഇവള്. ഇവളെ തന്റെ കയ്യിലേൽപ്പിക്കുവാ. എന്ന മുത്തമ്മാളിന്റെ വാക്കുകൾ പഴനിയപ്പന്റെ മനസിൽ മായാതെ നിന്നു. അയാൾ പൊന്നമ്മയോട് മുമ്പത്തേക്കാളും സ്നേഹത്തോടെ പെരുമാറി.

“കൊച്ചുമക്കളായിട്ടും പഴനിക്ക് ഇപ്പഴും ജോലി ഒഴിയുന്നില്ല. അധ്വാനം കൂടുന്നതല്ലാതെ കൊറയുന്നില്ല.” കരപ്പാളയം ഗൗണ്ടർ ഇടയ്ക്കിടെ പറയും. പഴനിയപ്പൻ അതു ശരിവെയ്ക്കും.

“ങാ. ശരിയാ. മുമ്പത്തെപ്പോലെ കൂന്താലിയെടുത്തു കെളയ്ക്കാനൊന്നുംവയ്യ. കൈയുംകാലുമൊക്കെ നീറ്റലാ. അമ്പതു വയസുവരെയേ ആണുങ്ങക്കു ബലമൊള്ളൂ.”

എന്നിരിക്കിലും, കൃഷിപ്പണികളോരോന്നും വ്യക്തമായും കൃത്യമായും ഓർമിച്ച് അതാതു സമയത്തുതന്നെ അയാൾ ചെയ്തു പോന്നു.

ദിവസക്കൂലിക്കാരുടെ എണ്ണം അനുദിനം വർധിച്ചുവന്നു. കൃഷിയിടത്തിൽ നിന്ന് അരമൈൽ വടക്കുമാറി ജോലിക്കാരുടെ പാർപ്പിടഗ്രാമം തന്നെ രൂപം കൊണ്ടു.

കോയമ്പത്തൂരിൽ നിന്നുള്ള കുടിയേറ്റ കൃഷിക്കാരിൽനിന്ന് കൃഷിയുടെ രീതികളും മറ്റും മനസിലാക്കി, നാട്ടുകാരും മണ്ണിൽ അധ്വാനിക്കാൻ തുടങ്ങി. മുമ്പുണ്ടായിരുന്ന അലസത ക്രമേണ മാറി. ഇപ്പോൾ ദിവസേന വസ്ത്രങ്ങൾ അലക്കിയുടുക്കാനും കുളിക്കാനുമൊക്കെ ശീലിച്ചു. ഈ മാറ്റം മറ്റുള്ളവരെക്കാളധികം ആനന്ദിപ്പിച്ചത് പഴനിയപ്പനെയും സുബ്ബയ്യനെയുമാണ്.

മറ്റുള്ളവരുടെ വിശപ്പും ഇല്ലായ്മയും ദൂരീകരിക്കാനായി ഫലേച്ഛയില്ലാതെ അധ്വാനിക്കാൻ വിധിക്കപ്പെട്ടവരാണു തങ്ങളെന്ന് അവർ സ്വയം വിശ്വസിച്ചു.

നഗരത്തിനപ്പുറത്ത് നഞ്ചൻഗുഡിലെ ഉല്ലനഹള്ളി എന്ന സ്ഥലത്ത് നഞ്ചപ്പൻ ആരോടും കൂടിയാലോചിക്കാതെ ഒരു കൃഷിഭൂമി വിലയ്ക്കു വാങ്ങി. തന്റേതു മാത്രമായ ഒരു കൃഷിയിടം എന്ന നിലയ്ക്കാണ് അയാൾ അതിനെ കണക്കാക്കിയത്. അവിടെയും കൃഷിപ്പണിക്കായി ആൾക്കാരെയും കൊണ്ടുചെന്ന് അധ്വാനിക്കുന്ന ജോലി പഴനിയപ്പന്റെ തലയിലായി.

തന്റെ ജീവിതത്തിന് ഒരു ഉൽക്കർഷവും ഉണ്ടാകുന്നില്ലല്ലോ എന്നു സങ്കടപ്പെടാൻ പോലും നേരമില്ലാത്ത തരത്തിൽ അയാൾക്ക് ജോലികൾ നോക്കിനടത്തേണ്ടിവന്നു. ഇനിയും ഭൂമി ഭാഗം ചെയ്തു കിട്ടിയില്ല. വിശക്കുമ്പോൾ ചോറും, ഉടുക്കാൻ വസ്ത്രവും കിട്ടുന്നുണ്ട്. ഇതാണ് ആകെക്കൂടിയുള്ള പ്രയോജനം.

മദ്യലഹരിയിലായിരിക്കുന്ന അപൂർവം ചില സന്ദർഭങ്ങളിൽ അല്ലെങ്കിൽ തനിച്ചിരിക്കുമ്പോൾ കരപ്പാളയം ഗൗണ്ടരോട് നിരാശ പൂണ്ടിട്ടെന്നപോലെ അയാൾ ഇങ്ങനെ പറയാറുണ്ട് – 'എല്ലാരും ഇങ്ങനെ പെടാപ്പാടു പെടുന്നതൊക്കെ എന്തിനാ? എനിക്കു വെല്യ പഠിത്തമൊന്നുമില്ലെങ്കിലും എന്റെ അനുഭവം വെച്ചു നോക്കുമ്പം ഇതെല്ലാം നല്ലോണം തിന്നാനും ഉടുക്കാനുമാണന്നാ!"

"നീ പറേന്നതു ശരിയാ, കൊച്ചനേ! നൂറു ശതമാനോം ശരി. ഇതിനുവേണ്ടിത്തന്നെയാ എല്ലാരും പണിയെടുക്കുന്നെ. സിദ്ധന്റെ പാട്ടില് പറയണപോലെ എല്ലാർക്കും ആറടി മണ്ണേ സ്വന്തമായിട്ടൊള്ളൂ. അതും ശരിയാ.

പഴനിയപ്പന്റെ മാനസികാവസ്ഥ മനസിലാക്കി, അതിനനുസരിച്ച് ഗൗണ്ടർ അയാളെ മയപ്പെടുത്തും. നഞ്ചപ്പനുമായുള്ള അഭിപ്രായവ്യത്യാസങ്ങൾ കാലക്രമേണ നേർത്തു വന്നു. തമ്മിൽ കലഹിക്കേണ്ടി വരുന്ന സന്ദർഭങ്ങൾ രണ്ടുപേരും മനപൂർവം ഒഴിവാക്കി. ഒത്തൊരുമിച്ചു പോകാ

നുള്ള ശ്രമം അത്രയെങ്കിലുമുണ്ടായിരുന്നതിനാൽ അവർ തമ്മിൽ പിരിഞ്ഞില്ല.

പഴനിയപ്പനോട് അത്രേം കടുപ്പിച്ചൊന്നും പറയണ്ടായിരുന്നു. വായീന്ന് വീണാ എടുക്കാമ്പറ്റുവോ? നാളേം മൊഖത്തു നോക്കേണ്ടതല്യോ. എന്ന വിവേകം നഞ്ചപ്പനുമുണ്ടായി. അയാൾ പഴയനിയപ്പനെ അപ്പപ്പോൾ സമാധാനിപ്പിക്കാറുള്ളത് മറ്റുള്ളവർക്കും അറിയാം.

“കൊച്ചു ഗൗണ്ടരുടെ ക്ഷമകൊണ്ടാ ഇവിടം ഇങ്ങനെ നന്നായിരിക്കുന്നത്. അല്ലേൽ നിന്റെ സ്ഥലം നീ നോക്കിക്കോ! എന്റേതു ഞാൻ നോക്കിക്കൊള്ളാമെന്നു പറഞ്ഞ് പണ്ടേ അടിച്ചുപിരിഞ്ഞേനെ! “ജോലിക്കാർക്കുപോലും ഇതായിരുന്നു അഭിപ്രായം. എന്നാൽ താൻ ഇങ്ങനെ ക്ഷീണിച്ചുപോയല്ലോ എന്ന് പഴനിയപ്പൻ ഒരിക്കലും ആകുലപ്പെട്ടില്ല. ഒന്നുണ്ടായിവരണമെങ്കിൽ മറ്റൊന്നു നശിച്ചേ തീരൂ എന്ന യഥാർഥ്യം മനസിലാക്കിയ തത്വജ്ഞാനിയെപ്പോലെയായിരുന്നു, അയാളുടെ പെരുമാറ്റം.

രാമചെട്ടി പാളയത്തേക്കു പോയിട്ട് മാസങ്ങളായി. വീട്ടുവാടക കിട്ടാനുണ്ട്. അച്ഛനമ്മമാരുടെ മരണത്തിനുശേഷം പൊന്നമ്മയ്ക്ക് ആ ദിക്കിൽ കാലു കുത്താൻപോലും ഇഷ്ടമായിരുന്നില്ല. ആ വീട് ഒന്നു ചെന്നു കണ്ടാൽ അവരെത്തന്നെ കണ്ടതുപോലെ ഒരു നിറവ് മനസിനുണ്ടാവുമെന്നു തീർച്ചയാണ്. എന്നിരിക്കിലും പഴനിയപ്പനെ മാത്രം പറഞ്ഞയയ്ക്കാനേ സാധിച്ചുള്ളൂ. സുബ്ബണ്ണനെയും ഒപ്പം കൂട്ടാൻ കഴിയില്ല. അങ്ങനെ ചെയ്താൽ ‘എല്ലാരും കൂടെ കറങ്ങാൻ പോയാല് തോട്ടത്തിലെ പണി ആരു നോക്കും?’ എന്ന മുറുമുറുപ്പ് ഉയരുമെന്നുറപ്പ്. അന്നേരം കരപ്പാളയം ഗൗണ്ടർ പഴനിക്കു തുണയായി കൂടി.

നാട്ടിലെ വിശേഷങ്ങൾ നിരവധിയായിരുന്നു.

പൊന്നമ്മയുടെ ചിറ്റപ്പന്റെ വീട് അവിടെത്തന്നെയുണ്ട്– അവശേഷിച്ച ഒരേ ഒരു ബന്ധു വീട്.

പഴനിയപ്പനും മറ്റും തുച്ഛമായ വിലയ്ക്കു വിറ്റ സ്ഥലം ഇപ്പോൾ നാലഞ്ചു കൈമാറി, പലമടങ്ങു വിലയ്ക്കു വിൽപ്പനയായിരിക്കുന്നു. ആസ്ബസ്റ്റോസ് കമ്പിനിയിൽ തന്റെയൊപ്പം പണിയെടുത്തിരുന്ന ശ്രീരങ്കൻ പെൻഷൻ പറ്റി, കിട്ടിയ നല്ലൊരു തുക കൊണ്ട് വീടുകളും വസ്തുക്കളുമൊക്കെ വാങ്ങി സുഖമായിരിക്കുന്നു. താനും ഇവിടെത്തന്നെ ജീവിച്ചിരുന്നെങ്കിൽ പല കഷ്ടനഷ്ടങ്ങളും ഒഴിവാക്കി മനസ്സമാധാനത്തോടെ കഴിഞ്ഞേനെ എന്നയാൾ സങ്കടത്തോടെ വിചാരിച്ചുപോയി.

പഴയ കാലത്തെ ആളുകളിൽ ചിലർ ജീവിച്ചിരിപ്പില്ല. ചിലരെ കണ്ട് സൗഹൃദം പുതുക്കാൻ കഴിഞ്ഞു.

‘വടക്കോട്ടു ചെന്നതു നന്നായി’ എന്നു പറഞ്ഞവരുമുണ്ടായിരുന്നു. കണ്ണപ്പൻ ഇയാളെ കണ്ടതും കണ്ണുനീർ ചൊരിഞ്ഞു. വർഷങ്ങൾക്കു മുൻപ് കാളകളെയും കൊണ്ട് തിമ്പം മല കടന്ന് നടന്നുപോയത് അയാളോർത്തു.

“നീ വല്ലാതെ ക്ഷീണിച്ചുപോയല്ലോ.’ പഴനിയപ്പൻ കുശലം പറഞ്ഞു.

'എത്ര ക്ഷീണിച്ചാലും നമ്മുടെ അവസാനംവരെ ഈ മണ്ണിൽത്ത ന്നെ...'

'ഞങ്ങള് അവിടെപ്പോയി ജീവിച്ചിട്ട് എന്താ ഗുണമുണ്ടായത്? പഴനി യപ്പൻ തന്റെ സ്ഥിതിയെക്കുറിച്ച് സങ്കടപ്പെട്ടു. ഉപജീവനത്തിനായി തങ്ങൾ നാടു വിട്ടതിനെക്കുറിച്ചാണ് അയാൾ പരോക്ഷമായി വിമർശിച്ച തെന്ന് പഴനിയപ്പനു മനസിലായി. കരപ്പാളയം ഗൗണ്ടർ അയാളെ സമാ ധാനിപ്പിച്ചു.

"കഴിഞ്ഞുപോയതിനെക്കുറിച്ച് ഓർത്തിരുന്നിട്ട് എന്താ പ്രയോജനം? മണ്ണും മനയുമൊക്കെ ഇന്നിന്നവർക്ക് എന്നു വിധിച്ചിട്ടുണ്ട്." ഗൗണ്ടർ പലരുടെയും ജീവിതാനുഭവങ്ങളെക്കുറിച്ച് പ്രസ്താവിച്ചപ്പോൾ പഴനിയ പ്പന് അൽപ്പം ആശ്വാസം തോന്നി. കുലദൈവം കുടികൊള്ളുന്ന ക്ഷേത്ര ത്തിലും ചെന്നു തൊഴുതതിനുശേഷം അവർ മടങ്ങി.

അവിടത്തെ വിശേഷങ്ങളറിയാൻ അവൾക്ക് അതിയായ ഔത്സു ക്യമുണ്ടായിരുന്നു. എന്നിട്ടും നാട്ടില് എല്ലാർക്കും സുഖമാണോ? എന്ന ചോദ്യം പൊന്നമ്മയുടെ തൊണ്ടയിൽ കുടുങ്ങിപ്പോയി; കണ്ണു നിറഞ്ഞു. പൂർവികദേശത്തെ മനസിൽ നിന്ന് ഒഴിവാക്കാനോ, വീണ്ടും അവിടേക്കു മടങ്ങാനോ കഴിയാതെ ആധിപൂണ്ടിട്ടാവണം അവൾ ഇത്രയും ക്ഷീണി തയായത്. എങ്കിലും അവൾ കഠിനാധ്വാനം ചെയ്തുപോന്നു. അതിനുള്ള ധൈര്യവും ശക്തിയുമെല്ലാം മനസിന്റെ ആഴങ്ങളിൽനിന്ന് ഉറവെടുത്തു യർന്നു വരുന്നതു പോലെ.

വീടിന്റെ പടിഞ്ഞാറുഭാഗത്തുള്ള കരിമ്പു വയലുകൾക്ക് വെള്ളം തികയാതെയായിത്തുടങ്ങി. കിണറ്റിനുള്ളിൽ 'ബോർ' ചെയ്താൽ വെള്ളം കൂടുതൽ കിട്ടുമെന്ന് പലരും അഭിപ്രായം പറഞ്ഞു. നഞ്ചപ്പൻ എന്തു കൊണ്ടോ ആ ജോലി പിന്നേക്കു മാറ്റിവെച്ചു. ആയിടെ, പട്ടണത്തിലെ വർക്ക്ഷോപ്പിൽവെച്ച് ചില ഡ്രില്ലിംഗ് മെഷീൻകാരെ അയാൾ പരിചയ പ്പെടാനിടയായി.

'ബോർ ചെയ്യുന്നതിനേക്കാളും ഇപ്പോഴൊക്കെ കിണറ്റിൽ ഡ്രില്ലു ചെയ്ത് കുഴികളുണ്ടാക്കി അതിൽ തോട്ടാ വെച്ചാണ് കിണറ്റിന്റെ ആഴം കൂട്ടുന്നത് എന്ന് വർക്ഷോപ്പിലെ പെരിയതമ്പിയും അറിയിച്ചു.

'രണ്ടുദിവസം കൊണ്ട് ഇരുപതുകുഴികൾ വരെ ഡ്രില്ലുചെയ്യാൻ പറ്റും. അതിനുശേഷം അതിലൊക്കെ തോട്ടാ നിറച്ചാൽ എത്ര കടുപ്പ മൊള്ള പാറയും നിഷ്പ്രയാസം പൊട്ടിച്ചെടുക്കാം. പിന്നെ പത്തു ദിവസം കെണറ്റീന്ന് പാറപൊറത്തെടുക്കുന്ന പണിയാണ്. അതുകഴിഞ്ഞാ ഇഷ്ടം പോലെ വെള്ളം കിട്ടും. എന്ന് ഡ്രില്ലിംഗ് പണിക്കാർ വിശദീകരിച്ചു. നഞ്ച പ്പൻ അവരെ കൂട്ടിക്കൊണ്ടുവന്ന് കിണർ കാണിച്ചുകൊടുത്തു. ജോലി ചെയ്യാനുള്ള സൗകര്യങ്ങളെല്ലാമുണ്ടെന്ന് ഉറപ്പുവരുത്തിയതിനുശേഷം അവർ പോയി. ഒരാഴ്ച കഴിഞ്ഞ് ജോലി തുടങ്ങി. കിണറ്റിൽ ധാരാളം വെള്ളം കിട്ടി.

കരിമ്പാലയിലെ ജോലി അവസാനഘട്ടത്തിലെത്തി. വിശാലമായ കളമുറ്റത്ത് കരിമ്പിൻ ചണ്ടികൾ വെയിലത്ത് ഉണങ്ങിക്കിടന്നു. ചാറും പോയി ചണ്ടിയായി അവശേഷിക്കുമ്പോഴും അടുപ്പിനുള്ള ഇന്ധനമാകാൻ അവ ഉപകരിച്ചു. ചാരമാകുന്നതുവരെയും അതിനു മോചനമില്ലല്ലോ എന്നോർത്തുകൊണ്ട് പഴനിയപ്പൻ അടുത്ത ജോലിയിലേർപ്പെട്ടു.

കാലത്തിന്റെ മുന്നോട്ടുള്ള പ്രയാണത്തിൽ പഴനിയപ്പനും പൊന്ന മ്മാളും ക്ഷീണിതരായിത്തുടങ്ങി. ഇരുവർക്കും ജീവിതം ഒരു ഭാരമായി അനുഭവപ്പെട്ടു.

പേരക്കുട്ടികളുടെ സാന്നിദ്ധ്യം അവർക്ക് ഒരു പരിധിവരെ സമാധാനം നൽകി.

ധനവാന്മാരൊന്നുമായില്ലെങ്കിലും വിശന്നുവരുന്നവർക്ക് വയറുനിറച്ച് ചോറു കൊടുക്കാനും മാത്രം തങ്ങൾ ഇവിടെ വേരുറച്ചിരിക്കുന്നതോർത്ത് പൊന്നമ്മാൾ മനസിനെ ശാന്തമാക്കാൻ ശ്രമിച്ചു. പേരക്കിടാവിനെ തൊട്ടി ലിൽ കിടത്തി ഉറക്കവേ, മനസിലും നിരവധി വിചാരങ്ങൾ ഊയലാടി. ഒരുപാടു പേരുടെ വിശപ്പകറ്റുന്ന തങ്ങളുടെ കാർഷികവൃത്തിയെ മാതൃ ത്വഗുണത്തിനു തുല്യമായി കരുതി ആശ്വസിക്കാൻ അവൾക്കു കഴിഞ്ഞു.

കാളകൾക്കുള്ള തീറ്റക്കായി വടക്കുകിഴക്കുഭാഗത്തു കുറച്ചു സ്ഥലത്ത് ചോളം കൃഷി ചെയ്തിട്ടുണ്ട്. ജലം സമൃദ്ധിയായി ലഭിച്ചിരു ന്നതിനാൽ അവ പുഷ്ടിയോടെ വളർന്നുനിന്നു. അവിടത്തെ വരമ്പിലൂടെ ചെവിയോർത്തു നടക്കുമ്പോൾ ചോളക്കതിരുകൾ വിരിയുന്ന ശബ്ദം കേൾക്കാം. അവയുടെ പച്ചമണം കാറ്റിലലിഞ്ഞ്, മൂക്കിനകത്തു കയറു മ്പോൾ എന്തെന്നില്ലാത്ത സന്തോഷം!

പതിനൊന്ന്

നഞ്ചപ്പൻ ഉല്ലനഹള്ളിയിലെ തന്റെ പുതിയ തോട്ടത്തിലേക്കു പോകാൻ തുടങ്ങിയതിൽപ്പിന്നെ ഇവിടത്തെ കൃഷിയുടെ മേൽനോട്ടവും ചുമതലയുമെല്ലാം പഴനിയപ്പന്റേതായിത്തീർന്നു. അയാൾ വല്ലാതെ ക്ഷീണിതനായി. സുബ്ബയ്യൻ അയാൾക്കു തോൾ കൊടുത്ത് താങ്ങായി നിന്നു.

ഇതു ശ്രദ്ധിച്ച ജോലിക്കാർ പലതരത്തിൽ സംസാരിക്കുകയായി.

"അല്ല ഗൗണ്ടരേ! ഇനി എല്ലാ ചൊമതലേം നിങ്ങക്കു രണ്ടുപേരുമാണോന്നാ വരദപ്പൻ ചോദിക്കുന്നത്.."

"ചോദിച്ചോട്ടെ...!"

"ഞാം വിടുമോ? അതേന്നു പറഞ്ഞു.

'നന്നായി!'

'മണിഗൗണ്ടര് നിങ്ങടെ മരുമോൻ ആയിക്കഴിഞ്ഞപ്പം മുമ്പത്തെ കർശനമില്ലാന്നും എന്തൊക്കെയായാലും അമ്മായിയപ്പന്റെ മുമ്പിൽ അടങ്ങിയല്ലേ ഒക്കൂ എന്നൊക്കെ പറളച്ചി പറയുകാ."

"ഇവർക്ക് മുമ്പത്തെപ്പോലെ പണീല് ശ്രദ്ധയില്ലെന്നു തോന്നുന്നു. നമ്മളെന്താ ചെയ്യുന്നതെന്നാ നോട്ടം."

"അതെയതെ."

അവർ വരമ്പിലൂടെ റാന്തലും പിടിച്ചുകൊമ്ട് സംസാരിച്ചവാറ് നടന്നു.

വീട്ടിലെ ആവശ്യം കഴിഞ്ഞു മിച്ചം വരുന്ന പാൽ വിറ്റാൽ ചില്ലറ ചെലവുക്കാകുമല്ലോ എന്നു കരുതിയാണ് പഴനിയപ്പൻ ഒരു എരുമയെയും പശുവിനെയും കൂടി വാങ്ങിയത്. തീറ്റയും കണക്കറ്റ് ഉണ്ടായിരുന്നു. നാഗൻ അവറ്റകളെ നന്നായി പരിപാലിച്ചു. മാതനെ പഴനിയപ്പൻ വെള്ളം പായിക്കാനും മടകെട്ടാനുമൊക്കെ പരിചയിപ്പിച്ച് തന്റെയൊപ്പം കൂട്ടി. ഇരുവരും അവിടെത്തന്നെ താമസിച്ച് വിശ്വസ്തരായ ജോലിക്കാരായി

ത്തീർന്നു. അവരുടെ അപ്പനും നഞ്ചപ്പന്റെ പുതിയ സ്ഥലത്ത് പണിയെടുക്കുന്നുണ്ട്.

രണ്ടു കിണറ്റുകളിലും യഥേഷ്ടം വെള്ളം ലഭ്യമായിട്ടുകൂടി, കൃഷിയിടം മുഴുവനും നനയ്ക്കാൻ അതു കഷ്ടിയായി. ഇതേസമയം നഞ്ചൻ ഗുഡിനടുത്തു വാങ്ങിയ സ്ഥലം ഒരുവർഷം കൊണ്ട് തന്നെ നല്ലവിളഭൂമിയായി. അവിടത്തെ വിളവുകണ്ട് ആളുകൾ ഭൂമിക്കു നല്ലവില പറഞ്ഞു തുടങ്ങി.

നഞ്ചപ്പൻ മാസത്തിൽ പകുതി അവിടെയും പകുതി ഇവിടെയുമായിരിക്കും.

അങ്ങനെയിരിക്കെ, ഒരു ദിവസം രാമരാജനഗറിൽ വെച്ചു കേട്ട ഒരു വാർത്ത അയാളെ പരിഭ്രാന്തനാക്കി.

മൈസൂറിന്റെ വടക്കൻപ്രദേശങ്ങളിലും ബാംഗ്ലൂരിൽ ചിലേടങ്ങളിലും തമിഴ് നാട്ടുകാരെ ബലം പ്രയോഗിച്ച് ആക്രമിക്കുന്നതായി ചിലർ പത്രത്താളുകളിൽ വായിച്ചുകൊണ്ടിരുന്നു. പട്ടണത്തിലും സംഭ്രാന്തി പരന്നിട്ടുണ്ട്. അയാളുമായി അടുപ്പമുള്ള ചില പ്രധാനികൾ സൂക്ഷിച്ചിരിക്കാൻ ജാഗ്രതാ നിർദേശം നൽകി.

മാർക്കറ്റിൽ തലേക്കെട്ടും കെട്ടി അങ്ങോട്ടുമിങ്ങോട്ടും പോയ്ക്കൊണ്ടിരുന്ന കോയമ്പത്തൂരിൽ നിന്നുള്ള നിഷ്കളങ്കരായ കുടിയേറ്റക്കാരെ കണ്ടപ്പോൾ അയാൾക്കു സഹതാപം തോന്നി.

വടക്കുനിന്ന് ആ ആക്രമം ഇവിടെയെത്താൻ അധികനേരമൊന്നും വേണ്ടഎന്ന് മനസു പറഞ്ഞു. ഇന്നോ, നാളെയോ എപ്പോൾ വേണമെങ്കിലും ഇവിടേക്കു പടർന്നു പിടിക്കാം. അയാൾക്ക് ഇരിപ്പുറച്ചില്ല.

ബൈക്കെടുത്ത് കുണ്ഡലപ്പേട്ട റോഡിലെത്തി, തെക്കുനോക്കി പാഞ്ഞു. സ്പീഡു കൂട്ടി, ശിവപുരം കടന്ന്, കിഴക്കോട്ടു തിരിഞ്ഞ്.. അയാൾ വീണ്ടും വേഗം കൂട്ടി. വീട്ടിലെത്തിയതും പഴനിയപ്പനോട് വിവരം രഹസ്യമായി പറഞ്ഞു. ജാഗ്രതയായിരിക്കാൻ നിർദേശിച്ചിട്ട്, രാത്രി എത്ര വൈകിയാലും അരുക്കാണിയെയും കൂട്ടിക്കൊണ്ടുവരണമെന്ന് പറഞ്ഞ് അയാൾ അതേ വേഗതയിൽ മടങ്ങിപ്പോയി.

പൊന്നമ്മയോടു പറഞ്ഞാൽ അവൾ സംഭ്രമിക്കും. തുളസിയമ്മയോടും പറഞ്ഞില്ല. സുബ്ബണ്ണനെ വൈക്കോൽ ത്തുറുവിന്റെയടുത്തേക്കു മെല്ലെ കൂട്ടിക്കൊണ്ടു പോയി. പഴനിയപ്പൻ അക്രമസംഭവങ്ങൾ ഇവിടേക്കും പടരാനുള്ള സാധ്യതയെക്കുറിച്ച് വിവരം കൊടുത്തു.

അയാൾ സരസ്വതിയുടെ കയ്യിൽ നിന്നുകുഞ്ഞിനെ വാങ്ങി തോളിൽ കിടത്തിക്കൊണ്ട് വീടിന്റെ മുൻഭാഗത്തേക്കു പോയി. മരുമകൻ വേലുമണിയെയും വിവരം സ്വകാര്യമായി ധരിപ്പിച്ചു. രാത്രി മുഴുവനും ഉറക്കമിളച്ച് കാത്തിരുന്നിട്ടും നഞ്ചപ്പനും ഭാര്യയും എത്തിച്ചേർന്നില്ല. എന്താണു സംഭവിച്ചതെന്നറിയാൻ അയാൾക്ക് വേലുമണിയെ പറഞ്ഞയക്കേണ്ടി വന്നു.

കരിമ്പാലയിലെ ജോലികളെല്ലാം തീർത്ത് പണിക്കാർ രണ്ടാഴ്ച മുമ്പു തന്നെ മടങ്ങിപ്പോയിരുന്നു. മറ്റു ജോലികൾക്കു വരുന്നവരും രണ്ടു

ദിവസമായി വന്നിട്ടില്ല. അക്രമം ഏതു നേരത്താണ് ഇവിടേക്കെത്തുക എന്ന് അറിയാൻ കഴിഞ്ഞില്ല.

അടുത്ത ദിവസം രാവിലെ പതിനൊന്നുമണിയായിക്കാണും. പടിഞ്ഞാറ് നിന്ന് അപകടം ചുഴലിക്കാറ്റെന്നപോലെ പറന്നെത്തി. മാതനും നാഗനും ഭയന്ന് ഓടിവന്നു.

'യജമാനരേ, ഓടിക്കോളൂ' അവർ കാൽക്കൽ വീണ് കരഞ്ഞപേക്ഷിച്ചു.

സാധനങ്ങളെല്ലാം ഓരോന്ന് ഓരോയിടത്ത് കിടക്കുന്നു. ചോറുവാർത്ത കഞ്ഞിയുടെ ചൂട് ആറിയിട്ടില്ല. കിണ്ണത്തിൽ വിളമ്പിയ ചോറ് പാതിയായിട്ടേ ഉള്ളൂ.

"അമ്മച്ചിയേ! നമ്മളിനി എന്തു ചെയ്യും?" സരസ്വതിയുടെ നിലവിളി കേട്ട് പൊന്നമ്മ നിമിഷനേരത്തേക്ക് സ്തംഭിച്ചു നിന്നു. ഇല്ല ആലോചിച്ചു നിൽക്കാൻ നേരമില്ല. അപകടം അടുത്തെത്തിക്കഴിഞ്ഞു

കുഞ്ഞിനെ വാരിയെടുത്തുകൊണ്ട് പെൺമക്കളുടെ കൈപിടിച്ച് വലിച്ച് എല്ലാം ഇരുന്നപടി ഉപേക്ഷിച്ചിട്ട് ജീവൻ കിട്ടിയാൽ മതിയെന്നു വിചാരിച്ച്, എല്ലാവരും ആ വരമ്പിലൂടെ അതിവേഗം ഓടി രക്ഷപ്പെടുകയാണ്

തള്ളപ്പശുവിന്റെ അകിടിൽനിന്നും വായെടുത്ത് പശുക്കിടാവ് ഭയന്നു വിളിച്ചുകൊണ്ടോടി. കൃഷിയിടത്തിൽനിന്ന് ഒരു ഫർലോംഗ് അകലെ, എല്ലാ ദിക്കുകളിൽ നിന്നും കൂട്ടം കൂട്ടമായി മനുഷ്യക്കോലങ്ങൾ പലതരം ആയുധങ്ങളേന്തിക്കൊണ്ട് വർധിച്ച കോപത്തോടും രോഷത്തോടും കൂടി പാഞ്ഞടുക്കുകയാണ്. കിഴക്കു ഭാഗം മാത്രം ശൂന്യമായി പരന്നു കിടക്കുന്നു. പഴനിയപ്പനും കൂട്ടരും ആ ഭാഗത്തേക്ക് ഒളിക്കാനൊരിടം തേടി അതിശീഘ്രം ഓടി രക്തം കൊണ്ടുള്ള കാൽപ്പാടുകൾ മണ്ണിൽ പതിപ്പിച്ചുകൊണ്ട്.

അവർ കരപ്പാളയം ഗൗണ്ടരുടെ കരിമ്പുവയലിനുള്ളിൽ ശ്വാസമടക്കിപ്പിടിച്ച് ഒളിച്ചിരുന്നു. അങ്ങു പടിഞ്ഞാറ് അക്രമികൾ കളത്തിലെ വീടും കളപ്പുരകളും തകർത്തു. ഓടുകളും മറ്റും വലിച്ചെറിഞ്ഞു.വാതിലുകളും ജനാലകളും അടർത്തിക്കളഞ്ഞു. ചട്ടികളും കലങ്ങളുമെല്ലാം പൊട്ടിച്ചു കളഞ്ഞു. അലമാരകളും പെട്ടികളുമെല്ലാം വണ്ടിയിൽ കയറ്റിക്കൊണ്ടു പോയി. നട്ടുച്ചയ്ക്ക് കിരാതന്മാർ നഗ്നമായ ആക്രമണം ആ മണ്ണിൽ അഴിച്ചുവിട്ടുകൊണ്ടിരുന്നു. അക്രമത്തെ ചെറുക്കാനോ ചോദ്യം ചെയ്യാനോ ആരുമുണ്ടായില്ല.

മുന്നിൽ ചെന്നുപെടുന്നവരെ കൊലചെയ്യാൻ വെറിപൂണ്ടു വന്നിട്ടുള്ളവരാണ് അവർ എന്നത് അവരുടെ ഉറക്കെയുള്ള ആക്രോശത്തിൽ നിന്ന് വെളിവായി. ഈ ദുശ്ചിന്ത അവർ എത്രയോ കാലമായി മനസിൽ കൊണ്ടു നടന്നിരിക്കണം എന്നു ദ്യോതിപ്പിക്കുന്ന തരത്തിലായിരുന്നു അവരുടെ അഹന്ത തുളുമ്പുന്ന പെരുമാറ്റം. യാതൊരു സങ്കോചമോ അറപ്പോ കൂടാതെ മുന്നിൽ പച്ചപ്പു കണ്ടിടത്തെല്ലാം അവർ ഇരുകാലിമൃഗങ്ങളെപ്പോലെ ചുറ്റിത്തിരിഞ്ഞ് നാശം വിതച്ചു.

ശ്വാസമടക്കിപ്പിടിച്ച്, കുഞ്ഞിന്റെ വായപോലും പൊത്തിപ്പിടിച്ച് പൊന്നമ്മയും കൂട്ടരും കരിമ്പുകൾക്കിടയിൽ മറഞ്ഞിരുന്നു. പേടിച്ചരണ്ട് അവരുടെ മുഖങ്ങൾ വികൃതങ്ങളായി. ഭയം കൊണ്ടു ദാഹം പൊറാഞ്ഞ്, വയലിൽ കെട്ടിനിന്ന തോട്ടുവെള്ളം കുടിച്ച് അവർ ജീവൻ നിലനിർത്തി.

ഈ ദ്രോഹികളോട് നമ്മളെന്തു തെറ്റാ ചെയ്തത്? ഇങ്ങനെ ഉപദ്ര വിക്കുന്നല്ലോ? ചോദിക്കാൻ ഈ കന്നഡ മണ്ണിൽ നാഥനില്ലാതായോ? എന്നു മനസു പുലമ്പി.

കാലൊച്ചകളും കമ്പനങ്ങളും അടങ്ങുവാൻ കാതോർത്തു അവർ അവിടെ നിന്നും എഴുന്നേൽക്കുവാൻ തക്കം പാർത്തിരുന്നു. പ്രകൃതി നിയമം തെറ്റിക്കാറില്ലല്ലോ. ഇരുൾ മെല്ലെ പരക്കുവാൻ തുടങ്ങി. കാറ്റത്ത് കരിമ്പിന്റെ ഓലകളുണ്ടാക്കുന്ന മർമ്മരം പോലും അവരെ ഭയപ്പെടുത്തി. രാവേറെച്ചെന്നപ്പോൾ കുഞ്ഞു കുട്ടികളോടൊപ്പം ഓടിയും നടന്നും കിതച്ചും അവർ കിഴക്കുഭാഗത്തേക്ക് നീങ്ങി. അന്നേരം അങ്ങു പടിഞ്ഞാറു മാറി അവരുടെ വീടുകളും മറ്റും മണ്ണോടു മണ്ണായി പുകവമിച്ചു കൊണ്ടി രുന്നു.

കല്ലും മുള്ളും തറച്ച് കണങ്കാലുവരെ മുറിവുപറ്റിത്തുടങ്ങിയെങ്കിലും കൈകോർത്തുപിടിച്ച് കിതച്ചുകൊണ്ട് അവർ ഓടി. ഇപ്പോഴും ആരോ തങ്ങളെ തുരത്തിക്കൊണ്ട് പിന്തുടരുന്ന കാലൊച്ച കേൾക്കുന്നതു പോലെ. അത്ര മേൽ ഭയപ്പാടുള്ളപ്പോഴും അവസാനം ആ പ്രതിസന്ധി നേരിടാനുള്ളകരുത്ത് മനസിൽ സംഭരിച്ചുകൊണ്ട് അവർ ഓടിക്കൊണ്ടി രുന്നു. തെങ്ങുകളിലെ കായ്ഫലങ്ങൾ ഇളനീരെന്നോ നാളികേരമെന്നോ നോക്കാതെ, സർവതും പറിച്ചെറിഞ്ഞിരിക്കുന്നു. തെങ്ങിൻ പൂക്കുലകൾ വെട്ടിയിട്ടിരിക്കുന്നു. വാഴകളും കന്നുകളും തുണ്ടുകളാക്കിയിരിക്കുന്നു. എന്നാൽ കാലിത്തീറ്റയ്ക്കുള്ളവൈക്കോലും മറ്റുംവണ്ടികളിൽ കടത്തി ക്കൊണ്ടുപോയിട്ടുണ്ട്. ഇതു പകൽക്കൊള്ളയാണോ പകപോക്കലാണോ എന്നു തീരുമാനിക്കാൻ കഴിയാത്തവിധം പട്ടാപ്പകൾ അവിടെ അക്രമി കൾ താണ്ഡവമാടിയിരിക്കുന്നു. കന്നുകാലികളെ നാഗനും മാതനും അവ രുടെ തൊഴുത്തിലേക്കു മാറ്റിക്കെട്ടി രക്ഷിച്ചിട്ടുണ്ട്. അവർ ഉണ്ട ചോറിനു നന്ദി കാട്ടി.

എന്നാൽ കർണാടകത്തിന്റെ പല പ്രദേശങ്ങളിലും ഇതിനേക്കാൾ മോശമായ അവസ്ഥയായിരുന്നു. അവിടത്തെ കുടിയേറ്റക്കാർ സകലതും ഉപേക്ഷിച്ച് ജീവനും കൊണ്ട് പലായനം ചെയ്യേണ്ടിവന്നു. ചിലേടത്ത് അക്രമികളുടെ കയ്യിലകപ്പെടാതിരിക്കാനായി സ്ത്രീകൾ കിണറ്റിൽചാടി മരിച്ച സംഭവങ്ങളുമുണ്ടായി. മറ്റു ചിലരാകട്ടെ, അക്രമങ്ങൾക്കിരയായെ ങ്കിലും തങ്ങളുടെ സന്തതികൾക്കും കുടുംബത്തിനുംവേണ്ടി അവശേ ഷിക്കുന്ന ജീവനും കൊണ്ട് ചിറകറ്റ പക്ഷികളെപ്പോലെ നീങ്ങിക്കൊ ണ്ടിരുന്നു. സർക്കാരും ഇതിനെതിരെ കാര്യക്ഷമമായി ഒന്നുംചെയ്തില്ല. ആരും ഒന്നനെയും ചോദ്യം ചെയ്യാത്ത അവസ്ഥ. കുഞ്ഞുങ്ങളോടൊത്തു ഭക്ഷണം കഴിക്കുമ്പോൾ അക്രമികൾ അകത്തു കടന്ന് എല്ലാം തട്ടിയെ റിഞ്ഞ് സ്ത്രീകളെ ഉപദ്രവിക്കുകയും കുട്ടികളെ പുറത്തേക്ക് വലിച്ചെറി യുകയുമൊക്കെ ചെയ്ത സംഭവങ്ങൾ റിപ്പോർട്ട് ചെയ്യപ്പെട്ടു. എങ്കിലും

സർക്കാർ നിഷ്ക്രിയമായിരുന്നു. നിശിതമായിത്തന്നെ ഈ അക്രമങ്ങളെ എതിർത്തു നിൽക്കേണ്ടതിനു പകരം കുടിയേറ്റക്കാർ അങ്ങിങ്ങു കൂട്ടം തെറ്റി പിരിഞ്ഞുപ്പോയത് അക്രമികൾക്കു സൗകര്യമായി. എങ്കിലും മുറി വേറ്റ പുലികളെപ്പോലെയാണ് അവർ കൃഷിയിടങ്ങൾ ഉപേക്ഷിച്ചു പൊയ്ക്കൊണ്ടിരുന്നത്.

നഞ്ചൻഗുഡിന് വടക്കും ഉല്ലനഹള്ളിയിലുമൊക്കെ അക്രമസംഭവ ങ്ങൾ അരങ്ങു തകർത്തു.

– ഗുണ്ടന് വേണങ്കി ഞങ്ങടെ വീട്ടില് ഒളിച്ചോ. പക്ഷേ, അവമ്മാര് വന്ന് നിങ്ങളെ വലിച്ചിട്ട് അടിച്ചാല്, ഞങ്ങക്ക് ഒന്നും ചെയ്യാനൊക്കുകേല.

– മ്മള് തമ്മിലൊള്ള പരിചയോം സ്നേഹമൊക്കെ കൊള്ളാം. അതും വെച്ച് ഇങ്ങോട്ടെങ്ങാൻ വന്നേക്കല്ലേ! ഞങ്ങളും കൂടെ തല്ലു കൊള്ളേണ്ടി വരും.

നഞ്ചപ്പൻ ഉല്ലനഹള്ളിയിൽ നിന്നും മടങ്ങുമ്പോൾ നേരിട്ട അനുഭവ ങ്ങളാണ് ഇവയൊക്കെ. അയാൾക്കു വെറുപ്പു തോന്നി.

'ഇങ്ങനെ ഒരതിക്രമം വേറൊരിടത്തും കാണത്തില്ല. എന്നാലും ഒടു വില് നിങ്ങടെ തനിനിറം കാണിച്ചുകളഞ്ഞല്ലോ." എന്നയാൾക്കു വ്യസനം തോന്നി.

ഇയാൾ ഭയന്നോടുന്നതു കണ്ട് പട്ടണത്തിലെ ചില സ്നേഹിതർ കൈകൊട്ടിച്ചിരിച്ചു. എല്ലാം ഇട്ടെറിഞ്ഞിട്ട് നിങ്ങടെ നാട്ടിലേക്ക് ഓടിപ്പൊ ക്കൊ. അതാ നല്ലത്! വേഗം ഓടിക്കൊ ഗൗണ്ടരേ! അയാൾ കേൾക്ക ത്തന്നെ അവർപരിഹസിച്ചു.

'എന്റെ കയ്യീന്ന് എത്രതവണ ഭക്ഷണം വാങ്ങിച്ചു കഴിച്ചിട്ടൊള്ള താ. എന്തൊരു ചക്കരവർത്തമാനമായിരുന്നു, അന്ന്. നന്ദിയില്ലാത്ത വർഗ ങ്ങള്.

അയാൾ അരുക്കാണിയെയും കലാമണിയുടെ മൂത്തമകനെയും കൂട്ടി ക്കൊണ്ട് ഉല്ലനഹള്ളിതോട്ടത്തിൽ നിന്നു സമർഥമായി രക്ഷപ്പെട്ടു.

കളത്തിലെ വൈക്കോൽ കൂനയും മോട്ടോർ ബൈക്കും അഗ്നിക്കി രയായി. മനോവേദനയോടെ ഈ ദൃശ്യംകണ്ടുകൊണ്ടാണ് അയാൾ അവിടെ നിന്നു പുറപ്പെട്ടത്.

രണ്ടു രാത്രികൾ കടന്ന് മൂന്നാമത്തെ പകലുദിക്കുന്ന സമയത്ത് ഈ കുടുംബക്കാർ താളവാടി എന്ന സ്ഥലത്ത് കൊച്ചു കൊച്ചു ഭാണ്ഡക്കെട്ടു കളും കുട്ടികളുമൊക്കെയായി കണ്ണീരോടെ ശരീരത്തിനും മനസിനുമേറ്റ മുറിവുകളോടെ പരസ്പരം കണ്ടുമുട്ടി.

ഭൂതവും ഭാവിയും വർത്തനമാനവുമെല്ലാം അവർക്കു മുന്നിൽ നിണ മണിഞ്ഞ കിനാവായി നിറഞ്ഞുനിന്നു.

ഓർക്കുമ്പോൾ പേടി തോന്നുന്നു. എല്ലാം നഷ്ടപ്പെട്ടെങ്കിലും ജീവൻ തിരിച്ചുകിട്ടിയതിന്റെ ആശ്വാസം തന്നെയായിരുന്നു മുന്നിട്ടുനിന്നത്.

എങ്കിലും വടക്കൻ കർണാടകത്തിലെ ചില പ്രദേശങ്ങളിൽ ആൾനാ ശമുണ്ടായതറിഞ്ഞപ്പോൾ ശോകമടക്കാനായില്ല.

പന്ത്രണ്ട്

കാവേരി നദീജലപ്രശ്നത്തിൽ ഇരു സർക്കാരുകളും നടത്തിയ ചർച്ചയുടെ അടിസ്ഥാനത്തിലാണ് അക്രമം പൊട്ടിപ്പുറപ്പെട്ടതെന്ന് ജന സംസാരമുണ്ടായി. എന്നാൽ അത് വംശീയകലാപത്തിന്റെ ഭാവം കൈക്കൊള്ളുമെന്ന് ആരും കരുതിയില്ല.

ഒരു പക്ഷേ മറ്റു പല കാരണങ്ങളുമുണ്ടാവാം. പല വിറകുകളിലും ഒരേ സമയം പടർന്ന തീയെന്ന പോലെ കലാപം വ്യാപിക്കുകയായിരുന്നു.

താളവാടി ക്യാമ്പിൽ അതിർത്തി സംസ്ഥാനങ്ങളിൽ നിന്നു വന്ന കുടിയേറ്റക്കാർ തങ്ങൾക്കുണ്ടായ ദുരനുഭവങ്ങൾ പരസ്പരം പങ്കുവെച്ചു.

തമിഴ്നാട് സർക്കാരിന്റെ നടപടിയും മറ്റു പൊതുജനക്ഷേമ സമിതികളുടെ താക്കീതും മൂലം അക്രമം തുടരുന്നതു തടയാൻ കഴിഞ്ഞു. തമിഴ്നാട്ടിൽ കന്നഡിയർ ആക്രമിക്കപ്പെടുകയുണ്ടായില്ല എന്നത് എടുത്തുപറയേണ്ടതാണ്.

അത്തരമൊരു സന്ദർഭം സംജാതമായാൽ സംസ്ഥാനങ്ങൾ തമ്മിൽ പോരുണ്ടായേക്കുമെന്നു ഭയം, ഇരു സർക്കാരുകളെയും വീണ്ടും ചർച്ചയ്ക്കു പ്രേരിപ്പിച്ചു. അങ്ങനെ, അക്രമങ്ങൾ ഏതാണ്ടവസാനിച്ചു. എന്നാൽ അതിനിരയായവരുടെ മനസിൽനിന്നുയർന്നു കൊണ്ടിരുന്ന രോദനം അടങ്ങിയില്ല. നെഞ്ചിലെ തീ കെട്ടടങ്ങിയില്ല.

ഭരണകർത്താക്കൾ ദേശീയൈക്യത്തെക്കുറിച്ച് ആളുകളെ ബോധവാന്മാരാക്കുന്നുണ്ട്. എന്നാൽ അത് അനുസരിക്കുകയും പ്രാവർത്തികമാക്കുകയും ചെയ്യേണ്ട ചുമതല ജനങ്ങൾക്കാണ്. ജനങ്ങളുടെ മനസിലാണു മാറ്റമുണ്ടാവേണ്ടത്. എന്നാലേ രാജ്യത്തിനു ഗുണമുണ്ടാവൂ. സഹജീവികളോടുള്ളസ്നേഹം എന്ന മണ്ണിൽ മാത്രമേ ദേശീയൈക്യം എന്ന വിത്ത് മുളയ്ക്കുകയുള്ളൂ.

എല്ലാം നഷ്ടപ്പെട്ട് എവിടെപ്പോകണമെന്നറിയാതെ സ്വന്തം രാജ്യത്തിനുള്ളിൽ തന്നെ അവർക്ക് അഗതികളെപ്പോലെ താളവടി മലയടിവാരത്ത് കഴിയേണ്ടി വന്നു. ഒരു ജീവിതമാർഗം തന്നെതരണമെന്ന ആവശ്യമുന്നയിച്ച്, കക്ഷിഭേദമെന്യേ എല്ലാവരും അവർക്കുവേണ്ടി ശബ്ദമുയർത്തി. ഹർജികൾ സമർപ്പിക്കപ്പെട്ടു. സംഭ്രമിപ്പിക്കുന്ന ഈ വാർത്തകൾ ചൂടോടെ രാജ്യം മുഴുവൻ പ്രചരിച്ചുകൊണ്ടിരുന്നു.

ഇനിയെങ്ങനെയാണ് ഈയവസ്ഥയിൽ ജനിച്ചു വളർന്ന നാട്ടിലേക്കു പോവുക എന്ന് വിചാരിക്കുന്ന മറ്റനേകം തമിഴ് കുടുംബങ്ങളോടൊപ്പം പഴനിയപ്പന്റെയും സുബ്ബയ്യന്റെയും കുടുംബങ്ങൾ ഒത്തു ചേർന്നു. വേലുമണിയും അവിടെ എത്തി.

ഇത്രയും കഷ്ടതകൾക്കിടയിലും എല്ലാവർക്കും ഒത്തു ചേരാൻ കഴിഞ്ഞതിൽ കരപ്പാളയം ഗൗണ്ടർ ആശ്വാസം കൊണ്ടു. പൊന്നമ്മാളിനെയും തുളസിയമ്മയെയും സ്നേഹത്തോടെ കരുതലോടെ ആ പലായനത്തിനിടെ സംരക്ഷിക്കാൻ അങ്ങോർക്ക് സാധിച്ചു. ജീവനുള്ള കാലം അതു മറക്കാൻ കഴിയില്ലെന്ന് കൂടെക്കൂടെ അവർ നന്ദിപൂർവം പറഞ്ഞു.

ഗൗണ്ടരും തന്റെ അനുഭവം പങ്കുവെച്ചു. “എന്റെ കെട്ടിയോള് കഴിഞ്ഞയാഴ്ച നാട്ടിൽ പോകണമെന്നു പറഞ്ഞു. പോയതുകൊണ്ട് അവള് രക്ഷപ്പെട്ടു. ഇല്ലെങ്കില് ഈ ബഹളത്തിനെടേല് ഓടാൻ വയ്യാതെ ആപാവം വെഷമിച്ചു പോയേനെ...

മറുനാട്ടിൽ നിന്ന് ഇവിടെ കുടിയേറി കാടുവെട്ടിത്തെളിച്ചു കൃഷി ചെയ്ത്, അൽപ്പം സുഖസൗകര്യങ്ങളോടെ ജീവിക്കുന്നതു കണ്ടിട്ടുള്ള അസൂയയാണ് അക്രമത്തിനുള്ള പ്രധാന കാരണമെന്ന് ചിലർ അഭിപ്രായപ്പെട്ടു. നിഷേധിക്കനാവാത്ത ഒരു സത്യം തന്നെയായിരുന്നു അത്.

ഇവർ വന്നതുകൊണ്ട് പലർക്കുംജോലിയും ഭക്ഷണത്തിനുള്ളവകയും കിട്ടിയിരുന്നു എന്ന നന്ദിബോധം പോലും ഉണ്ടായില്ല. മറിച്ച്, ഇവരുടെയടുത്തു ചെന്നു നിന്ന് കൈനീട്ടി കൂലി വാങ്ങുകയോ? ഒക്കെകൊള്ളയടിച്ച് നശിപ്പിച്ചു കളയണം എന്ന ഹീനചിന്തയാണ് അക്രമത്തിനു വിത്തിട്ടതെന്ന് ആ സാധുകർഷകർ പരസ്പരം പറഞ്ഞു.

നിലം പൊത്തിയ വീടു പോലെ തന്റെ മനസും തകർന്നു പോയിരിക്കുന്നത് പൊന്നമ്മയറിഞ്ഞു. എത്രയോ കഷ്ടപ്പാടുകൾ സഹിച്ചിരിക്കുന്നു. എന്നിട്ടും ഈ പീഢാനുഭവം, മുഖത്തു തിളച്ച വെള്ളം വീണാലെന്നപോലെയുള്ള നീറ്റലാണ് നൽകിയത്. അതെ, ഈ അതിക്രമങ്ങൾ അവൾക്കു സഹിക്കാവുന്നതിലുമപ്പുറമായിരുന്നു.

ഇങ്ങനെയെങ്കിലും രക്ഷപ്പെടാൻ കഴിഞ്ഞല്ലോ എന്ന ആശ്വാസമായിരുന്നു തുളസിയമ്മയ്ക്ക്. എങ്കിലും തന്റെ ആഗ്രഹങ്ങൾ നീർക്കുമിളകളെപ്പോലെ പൊട്ടിപ്പോയല്ലോ എന്ന നിരാശയും അവർക്കു തോന്നാതിരുന്നില്ല. ഇവിടെച്ചെയ്ത അധ്വാനവും മണ്ണിനോടുള്ള കൂറുമെല്ലാം കിനാവുപോലെ മറഞ്ഞു പോയതോർത്തപ്പോൾ സുബ്ബയ്യന്റെ മനസിനു ഭാരം വർധിച്ചു. പഴനിയപ്പന്റെ ഇളയമകൾ സരസ്വതിയെ തന്റെ മൂത്തമകന്

വിവാഹമാലോചിക്കണമെന്നു കരുതിയതാണ്. പക്ഷേ, അവളുടെ വിവാഹം, അവരുടെ അകന്ന ബന്ധത്തിലുള്ള ഒരു പയ്യനുമായി വളരെ പെട്ടെന്നു തന്നെ നടന്നു. ഒരു കണക്കിന് അതും നന്നായി. ഇല്ലെങ്കിൽ അവളും മൂത്തമകളെയും തന്നെയുംപോലെ ഈ മണ്ണിൽ കിടന്ന് കഷ്ടപ്പെടേണ്ടെന്നു പൊന്നമ്മ വിചാരിച്ചിരിക്കാം എന്ന് അയാൾ സമാധാനിച്ചു. എങ്കിലും തുളസിയമ്മ തന്റെ നിരാശ ഇടയ്ക്കിടെ വെളിപ്പെടുത്താതിരുന്നില്ല. "ഞങ്ങടെ വീട്ടിലോട്ടു പെണ്ണുതരാൻ നിങ്ങൾക്ക് ഏതോ കാരണംകൊണ്ട് സമ്മതമല്ലാരുന്നു. ഇന്നാർക്ക് ഇന്നയിടം എന്നു പറഞ്ഞിട്ടുള്ളപോലെയേ നടക്കൂ. അവൾ എവിടെയാണെങ്കിലും നന്നായിരിക്കട്ടെ.' കുന്നത്തൂരിലാണ് അവളുടെ അമ്മ താമസിക്കുന്നത്. എല്ലാവർക്കും കൂടെ അവിടെ പോയി താമസിക്കാമെന്ന് സുബ്ബണ്ണനും തുളസിയമ്മയും കൂടി ക്ഷണിച്ചു. അതു കേട്ടപ്പോൾ ഒരു തലോടലിന്റെ മൃദുസ്പർശമേറ്റതുപോലെ.

പൊന്നമ്മയ്ക്ക് രാമച്ചെട്ടിപ്പാളയത്തിലേക്കു മടങ്ങിപ്പോകാൻ തീരെ ഇഷ്ടമില്ല. കരപ്പാളയം ഗൗണ്ടർ തങ്ങളുടെ സ്ഥലത്തേക്കു തിരിച്ചുപോകാമെന്ന് അഭിപ്രായപ്പെട്ടു. എങ്കിലും നഞ്ചപ്പൻ അവരെ, പഴനിയപ്പന്റെ ജ്യേഷ്ഠസഹോദരന്റെ മകളുടെ താളപ്പതിയിലുള്ള തോട്ടത്തിലേക്ക് കൂട്ടിക്കൊണ്ടുപോയി.

അക്രമത്തിനിടെ ജീവനും കൊണ്ട് രക്ഷപ്പെട്ട സംഭവങ്ങളെക്കുറിച്ച് താളപ്പതിയിലും സംസാരമുണ്ടായി.

അരുക്കാണിയെയും വേലുമണിയുടെ മകനെയും കൂട്ടി നഞ്ചൻ ഗുഡ്ഡു തോട്ടത്തിൽ നിന്ന് ഭദ്രമായി തമിഴ്നാട് അതിർത്തി പ്രദേശമായ താളവാടിയിലെത്താൻ നഞ്ചപ്പന് അതിയായി സാഹസപ്പെടേണ്ടിവന്നു. അവിടെ എത്തിയതിനുശേഷമാണ് ശ്വാസം നേരെ വീണത്. തോട്ടത്തിലെ വീട് അക്രമികൾ തകർക്കുന്നത് ഹൃദയവേദനയോടെ കണ്ടുകൊണ്ടാണ് അവിടെ നിന്നും പുറപ്പെട്ടതെന്ന് നഞ്ചപ്പൻ പറഞ്ഞു. ഇത്രയും ക്ലേശങ്ങൾക്കിടയിലും ഒരു ലോറി പിടിച്ച് മഞ്ഞൾ, ഉള്ളി, വെല്ലക്കൊട്ടകൾ എന്നിവയെല്ലാം എടുക്കാവുന്നിടത്തോളം കയറ്റിക്കൊണ്ടുവന്ന നഞ്ചപ്പന്റെ സാമർഥ്യത്തെക്കുറിച്ച് പറയാത്തക്കവർ കുറവായിരുന്നു.

ഇരുമ്പലമാരയിൽ സൂക്ഷിച്ചിരുന്ന സ്വർണപ്പണ്ടങ്ങൾ എടുക്കാൻ കഴിയാതെ പോയതോർത്ത് അരുക്കാണിക്ക് ഉറക്കം തന്നെ നഷ്ടപ്പെട്ടു. പൊന്നമ്മയ്ക്ക് പശുക്കളെയും മറ്റും ഉപേക്ഷിച്ചു വന്നതിലായിരുന്നു വിഷമം.

കലാമണിയുടെ മകനെ നഞ്ചപ്പൻ സത്യമംഗലത്തിനടുത്തുള്ള ഒരു സ്കൂളിലാണ് ചേർത്തിരുന്നത്. അവൻ അവിടെ ഹോസ്റ്റലിൽ താമസിച്ചു പഠിക്കുകയാണ്. അവധിക്കാലത്ത് വീട്ടിൽ വന്ന സന്ദർഭത്തിലാണ് കലാപമുണ്ടായത്. അവനെ ഒരു പോറൽ പോലുമേൽക്കാതെ രക്ഷിച്ചു കൊണ്ടുവന്നതിന് ആളുകൾ അരുക്കാണിയെ അഭിനന്ദിച്ചു.

താളപ്പതിയിലേക്ക് അവരെല്ലാവരും വന്നിട്ട് നാളേറെയായി. എന്നിട്ടും പലായനത്തിന്റെ നൊമ്പരം അവരുടെ മനസിൽ പച്ചപിടിച്ചുനിന്നു.

നാട്ടിലേക്കു മടങ്ങാൻ താൽപര്യമുള്ള കർഷകകുടുംബങ്ങൾക്കു വേണ്ടി തമിഴ്നാട് സർക്കാർ, ബസുകൾ ഏർപ്പാടാക്കി. കോയമ്പത്തൂർ തുടങ്ങിയ സ്ഥലങ്ങളിൽ സ്കൂളുകൾക്ക് ഒരാഴ്ചത്തെ അവധിയും പ്രഖ്യാപിച്ചു.

ചില കൃഷിക്കാർ തമിഴ്നാട്ടിലെ അവരുടെ സ്വന്തം സ്ഥലത്തേക്കു തന്നെ മടങ്ങാൻ തീരുമാനിച്ചു. മറ്റു ചിലർ തീരുമാനമെടുക്കാൻ കഴിയാതെ, അന്ധാളിച്ച്, സങ്കടപ്പെട്ടുകൊണ്ടിരുന്നു. എഴുപതു വയസു പിന്നിട്ട ഒരു വൃദ്ധന്റെ പ്രവചനം കേൾവിക്കാരുടെ കണ്ണുകളെ നനയിക്കുകതന്നെ ചെയ്തു.

'എന്റെ ജീവിതത്തില് ഇന്ന് വരെയും ഞാൻ ഒരാളുടെയടുത്തു നിന്നും ഭക്ഷണം വാങ്ങിക്കഴിച്ചിട്ടില്ല. ഇപ്പഴ് ഈ പള്ളിക്കൂടത്തില് കിണ്ണോം കയ്യിപ്പിടിച്ച് വരിനിന്ന് ചോറുകിട്ടുന്നതും നോക്കി നിൽക്കുകയാണ്. എന്നെ ഈ ഗതിയിലാക്കിയവനെ അരിഞ്ഞിട്ടിട്ടു വരേണ്ടതായിരുന്നു. അയ്യോ! എന്റെ രണ്ടു പെണ്മക്കളേം കാണാതായി. ഞാൻ മാത്രം ഇവിടെയെത്തി ഇനി ആർക്കുവേണ്ടിയാ ദൈവമേ ഞാൻ ജീവിക്കേണ്ടത്?'

എന്നാൽ യുവാക്കളുടെ ചിന്ത മറ്റൊരു വിധത്തിലായിരുന്നു. നമ്മൾ ഇവിടെ വന്നതേ തെറ്റായിപ്പോയി. ചത്താൽ ചാവട്ടെന്നു വെച്ച് വെട്ടുകത്തിയും കൊണ്ട് അവരെ നേരിടണ്ടതായിരുന്നു. കന്നഡക്കാരെ ഒരുപാഠം പഠിപ്പിക്കണമായിരുന്നു. എങ്കില്, അവര് ആരേം ഉപദ്രവിക്കാൻ ധൈര്യം കാണിക്കുകേലാരുന്നു. ഒരു പേടിയൊക്കെ വന്നേനെ. മേലിൽ അവര് ഒരു തമിഴനേം ഉപദ്രവിക്കുകയില്ലാരുന്നു. ഇതിപ്പം, നമ്മളെ ഇങ്ങനെ ഇരുത്തിയിരിക്കയല്ലേ, ഒന്നും ചെയ്യാനും നിവൃത്തിയില്ലാതായല്ലോ ഈശ്വരാ? നാളുകൾ ചെല്ലുന്തോറും ആ ലഹളയുടെ തീവ്രത കുറഞ്ഞ്, ക്രമേണ നിലയ്ക്കുകയും ചെയ്തു.

പലവിധ ചിന്തകളിൽ മുഴുകി പൊന്നമ്മയുടെ ഉറക്കവും വിശപ്പും നഷ്ടപ്പെട്ടു. തങ്ങളുടെ ജീവിതം ഈ വിധത്തിലായിത്തീർന്നല്ലോ. എന്നവൾ ദുഃഖിച്ചു. രാമചെട്ടിപ്പാളയത്തിൽ അച്ഛനമ്മമാരോടും മക്കളോടും സ്ഥിരവരുമാനക്കാരനായ ഭർത്താവിനോടുമൊപ്പം കഴിഞ്ഞ ഇങ്ങിനിവരാത്ത കാലത്തെക്കുറിച്ചോർത്തപ്പോൾ അവൾക്കു കരയാതിരിക്കാൻ കഴിഞ്ഞില്ല. നല്ലൊരു ജീവിതമാർഗമുണ്ടായിരുന്നതുപേക്ഷിച്ച്, ഈ കിരാതന്മാരുടെ നാട്ടിലേക്കു വന്നതിൽ ഉൾമനസ് തേങ്ങി. ആ പഴയ വീടും ഇപ്പോൾ തങ്ങളെ വിട്ടു പോയേക്കുമോ എന്ന നിലയിലാണെന്നു ചിന്തിച്ചപ്പോൾ അവൾക്കു തന്നോടുതന്നെ വെറുപ്പു തോന്നി. “നാട്ടിലെ വീട് വാടകയ്ക്കു കൊടുത്തിട്ടാണു വന്നത്. ഇപ്പൊ അതു സ്വന്തം വീടാണെന്ന മട്ടാ അവർക്ക്. എല്ലാടത്തും ചതി തന്നെ. ഇനി അവരോടു വളരെ ലോഹ്യത്തില് ചോദിച്ചു മേടിക്കണം. നമ്മളോടെന്താ ആർക്കും ദയ തോന്നാത്തെ? ഇനി നമ്മളെങ്ങോട്ടു പോകും? ഈ ചോദ്യം അവളുടെ മനസിൽ വീണ്ടും വീണ്ടും പൊന്തി വന്നു. പഴനിയപ്പൻ അവളെ സമാധാനിപ്പിച്ചു.

നമ്മള് നമ്മടെ നാട്ടിൽ പോകുന്നേനെപ്പറ്റി പിന്നെ ആലോചിക്കാം.

ഇവിടെ നമ്മളെപ്പോലെ കൃഷി നഷ്ടപ്പെട്ടവർക്ക് കർണാടക ഗവൺമെന്റ് നഷ്ടപരിഹാരം കൊടുക്കുന്നുണ്ടെന്നു പറയുന്നു. കുന്നത്തൂർ നിന്നും താസിൽദാരും പിന്നെ കുറേ ഉദ്യോഗസ്ഥന്മാരും വിവരങ്ങളൊക്കെ എല്ലാരോടും അന്വേഷിച്ച് എഴുതിക്കൊണ്ടുപോയിട്ടൊണ്ട്. എല്ലാരും കൂടെ ഇതിനൊരു പരിഹാരം കണ്ടു പിടിക്കാതിരിക്കുകേല. നമക്ക് കൊറച്ചൂടെ ക്ഷമിച്ചു നോക്കാം.

നഞ്ചപ്പനും പല സ്ഥലത്തും ചെന്ന് അന്വേഷിച്ചു. ഗവൺമെന്റ് ഒറപ്പായിട്ട് എന്തെങ്കിലും ചെയ്യുമെന്നു തന്നാ തോന്നുന്നത്. നമ്മളെക്കാളും നഷ്ടം സഹിച്ചവര് ഒത്തിരിപ്പേരൊണ്ട്. അതൊണ്ട് സർക്കാർ ഇക്കാര്യത്തില് വെറുതെ കയ്യും കെട്ടി ഇരിക്കുകേല. ഈ വിധം ഓരോ വാർത്ത എത്തിച്ച് അയാൾ അവരെ ആശ്വസിപ്പിച്ചുകൊണ്ടിരുന്നു.

നഞ്ചപ്പന്റെ മനസ്ഥിതിയിലും ഇപ്പോൾ നിരവധി മാറ്റങ്ങളുണ്ടായി.

– എന്റെയൊപ്പം നിന്നുകൊണ്ട് കയ്യിലുള്ളതെല്ലാം മണ്ണിൽ കൊണ്ടിട്ടവരാ ഇവര്. അതു മറന്നൂടാ. മറന്നാൽ നന്ദികേടാകും. ഇവര് എന്റെ ബന്ധുക്കളാണ്. നമ്മടെ ആളുകളെ മറ്റുള്ളവര് ദ്രോഹികളായി കണ്ട് പിന്നീന്നു കുത്തി. അവരുടെ മനസാക്ഷി അവരെത്തന്നെ പുച്ഛിക്കത്തക്കവണ്ണം പിന്നേം അവിടെത്തന്നെച്ചെന്ന് പച്ചപിടിച്ച് ഉയർന്നു വരണം. എന്നെ വിശ്വസിച്ച് എല്ലാം ഇട്ടെറിഞ്ഞു കൂടെ വന്ന ബന്ധുക്കൾക്കും ഉയർച്ചയുണ്ടാകണം. ഇവരെ ഒരിക്കലും കൈ വിടരുത്.

കരപ്പാളയം ഗൗണ്ടരും സുബ്ബണ്ണനെയും കുടുംബത്തെയും ഉത്സാഹിപ്പിച്ചു.

'നമ്മുടെ കണ്ണീന്ന് കണ്ണീരു വന്നാ, തുടയ്ക്കാൻ നമ്മടെ കൈ തന്നെ വേണം. ഇവരെല്ലാം നമ്മടെ കൈ പോലെയാ. നമ്മളൊണ്ടാക്കി. അവരു നശിപ്പിച്ചു. കാടുപിടിച്ചു കിടന്നിടമൊക്കെ നമ്മള് പച്ചവിരിച്ച തോട്ടങ്ങളാക്കി. അവരത് പിന്നേം ചവറുകൂനയാക്കി. നമ്മള് പിന്നോട്ടു പോകരുത്. ആ ചവറുകൂനയും നമ്മള് പച്ചപിടിപ്പിക്കണം.'

'എല്ലാവരും ധൈര്യമായിട്ടിരിക്കണം. നമ്മള് തിരിച്ചു നമ്മുടെ സ്ഥലത്തേക്കു തന്നെ പോകും. അതിന് ഒരു മാറ്റോമില്ല. അങ്ങോർ എല്ലാവരെയും മാനസികമായി തയാറെടുപ്പിച്ചു. ഒടുവിൽ അവിടെ നിന്നും യാത്ര പുറപ്പെടേണ്ട സന്ദർഭവും ആഗതമായി. കാർമേഘങ്ങൾ നീങ്ങിയിട്ടും വെളിച്ചം പോലും ജാഗ്രതയോടെ മണ്ണിലേക്ക് എത്തുന്നതുപോലെ.

മാസം ഒന്നു കഴിഞ്ഞിരിക്കുന്നു. നിലംപരിശാക്കപ്പെട്ട തോട്ടങ്ങളും കൃഷിയിടങ്ങളും കാണാൻ മനക്കരുത്തുള്ളവർ വടക്കേ അതിർത്തിയിലേക്കു പുറപ്പെട്ടു. ചിലർ, ഇനി മരിച്ചാലും അങ്ങോട്ടില്ലെന്നുറച്ച് പഴയ സ്ഥലത്തേക്കു തന്നെ തിരികെച്ചെന്ന് പഴയ തൊഴിലുകളിലേർപ്പെട്ട് ജീവിതം തുടങ്ങി. 'ഏതായാലും വന്നതു വന്നു. ഇനി വരുന്നിടത്തുവെച്ചു കാണാമെന്നു പുറപ്പെട്ടവരുടെയൊപ്പാം പഴനിയപ്പനും സുബ്ബണ്ണനും നഞ്ചപ്പനും ചേർന്നു.

വേലുമണിയോടും മറ്റും താളപ്പതിയിൽത്തന്നെ തങ്ങാൻ പറഞ്ഞി

ട്ടാണ് അവർ യാത്രയായത്. ചാമരാജ് നഗറിന്റെ പ്രാന്തപ്രദേശങ്ങൾ തികച്ചും ശാന്തമായിരിക്കുന്നു. തങ്ങൾക്കനുകൂലമായിക്കഴിഞ്ഞിരിക്കുന്നു എന്നവർക്കു മനസിലായി.

ഒരു നാൾ മൂവന്തിയോടടുത്ത്, മൂവരും അവിടെയെത്തിച്ചേർന്നു. കൃഷിഭൂമിയാകെ ചാരക്കൂനയായി കിടക്കുന്നു. നിലത്തു കാൽവെക്കുമ്പോൾ അവിടെ ചൂട് ഇനിയും ആറിയിട്ടില്ലെന്നു തോന്നി. ചിറകുകൾ അരിയപ്പെട്ട പക്ഷികളെപ്പോലെ ധാന്യക്കതിരുകൾ അവിടവിടെ ചിതറിക്കിടന്നു.

ഉള്ളിൽ ദേഷ്യം പതഞ്ഞു പൊങ്ങി. അഗ്നിക്കിരയായ വീടിന്റെ കത്തിക്കരിഞ്ഞ ഭാഗങ്ങൾകാണാം. ഒന്നും അവശേഷിച്ചിട്ടില്ല. കളമുറ്റത്തിന്റെ ഒരറ്റത്ത് കലാമണിയുടെ കുഞ്ഞിന്റെ മരപ്പാവ ചിതലരിച്ചു കിടന്നു.

തെങ്ങുകൾ മാത്രം യുവവിധവകളെപ്പോലെ ഓലകളാട്ടി നിൽക്കുന്നു. മരങ്ങളായതിനാൽ അവ പിഴുതു മാറ്റാൻ കഴിഞ്ഞിട്ടുണ്ടാവില്ല. വെട്ടിക്കളയാൻ അക്രമികൾക്കു നേരം കിട്ടിയില്ലായിരിക്കാം.

ഇതുപോലൊരു മൂവന്തി നേരത്താണ് ഈ മണ്ണിൽ കാലെടുത്തുവെച്ചത് എന്നോർത്തപ്പോൾ പഴനിയപ്പന്റെ മനസു കനത്തു. അതു കാണാൻ കഴിയാതെ പടിഞ്ഞാറൻ മാനത്ത് സൂര്യൻ അസ്തമിക്കാൻ തുടങ്ങി.

ഇനി പേടിക്കാനൊന്നുമില്ല. എങ്കിലും ഇവിടെ ജീവിക്കണമെങ്കിൽ കായബലവും ഉറച്ച മനസും വേണം. ഇവർക്ക് അതുണ്ട്.

ഇവരെ കണ്ടപ്പോൾ നാഗനും മാതനും ഓടിവന്നു. തങ്ങൾ രക്ഷപ്പെടുത്തി സംരക്ഷിച്ചിരുന്ന കന്നുകാലികളെ കൊണ്ടുവന്നു കുറ്റികളിൽ കെട്ടിയിട്ടു. അയൽപ്പക്കക്കാരും വിഷമം പങ്കിട്ട് ആശ്വസിപ്പിക്കാനെത്തി.

"ഈ മഹാപാപം ചെയ്തവരാരും നന്നാകത്തില്ല എന്ന് അവർ ശപിച്ചു. വീടിനു തീവെച്ചവനും ആ കൂട്ടത്തിൽ നിൽപ്പുണ്ടായിരുന്നു. ഈ വീട്ടിൽ എന്നും വിളക്കു തെളിയും. ധർമം ജയിക്കും. എന്ന് അയാൾ പശ്ചാത്താപത്തോടെ പറഞ്ഞത് മറ്റുള്ളവർ ശ്രദ്ധിച്ചു.

ഇനി ഒന്നു മുതൽ തുടങ്ങണം. ഭൂമി മൂന്നായി പകുത്ത് കൃഷി തുടങ്ങാമെന്ന് നഞ്ചപ്പൻ ആദ്യം തന്നെ പറഞ്ഞു. കഴിഞ്ഞ കുറച്ചു കാലയളവുകൊണ്ട് അയാളുടെ മനസിലും മാറ്റങ്ങളുണ്ടായി. ആരോഗ്യസ്ഥിതിയും മോശമായിരുന്നു.

നഞ്ചൻ ഗുഡിലുള്ള തോട്ടം പറ്റിയ വില കിട്ടിയാൽ കൊടുക്കണം എന്നയാൾ തീരുമാനിച്ചു. ഇത്രയും കാലത്തെ അധ്വാനത്തിന്റെ വിയർപ്പുതുള്ളികൾ ഈ മണ്ണിന് ഉരം ചേർത്തിരുന്നു എന്ന ദുഃഖത്തോടെ പഴനിയപ്പൻ മനസിലാക്കി. അയാൾ മുഗ്ധനായി.

ഇനി മുതൽ കൃഷിയിൽ നിന്നു കിട്ടുന്ന ആദായം മൂന്നു തുല്യപങ്കുകളായി പകുത്തെടുത്തുകൊണ്ട് എല്ലാവരും കൂടി ഒന്നിച്ച് ഒരിടത്തുതന്നെ ജീവിക്കണം എന്ന് നഞ്ചപ്പൻ ആത്മാർഥമായി ആഗ്രഹിച്ചു. അത് എല്ലാവരോടും പ്രകടമാക്കുകയും ചെയ്തു, അയാൾ.

എങ്ങനെ നോക്കിയാലും ഏറ്റവും കൂടുതൽ ദുഃഖമേറ്റു വാങ്ങേണ്ടി വന്നത് തന്റെ കുടുംബത്തിനു മാത്രമാണെന്ന വേദന പഴനിയപ്പനു സഹിക്കാൻ കഴിഞ്ഞില്ല.

രാമചെട്ടി പാളയത്തിലെ തങ്ങളുടെ ഏക സ്വത്തായ വീട് ഇപ്പോഴും അവിടെത്തന്നെയുണ്ട്. അവിടേക്കു തന്നെ മടങ്ങിപ്പോയാലോ എന്ന് വിഷമസന്ധിയുടെ മൂർധന്യത്തിൽ പൊന്നമ്മ മക്കളെ ചേർത്തുപിടിച്ചു കൊണ്ട് ആലോചിച്ചതാണ്. കിഴക്കൻ പ്രദേശത്തു ജനിച്ച് അങ്ങു പടിഞ്ഞാറുള്ള കോയമ്പത്തൂർ ഗ്രാമാന്തരങ്ങളിൽ വളർന്നു വലുതായി, ഇപ്പോഴിതാ ജീവിതത്തിന്റെ അന്ത്യഘട്ടം ഈ കർണാടകത്തിന്റെ മണ്ണിലാണു വിധിച്ചിരിക്കുന്നത് എന്ന ഉണ്മ അവളുടെ മനസിൽ നിന്നു തുടച്ചു മാറ്റാൻ കഴിഞ്ഞില്ല. എങ്കിലും എല്ലാ ദുഃഖഭാരവും താങ്ങി ഭർത്താവിന്റെ വിളി കേട്ട് വീണ്ടും ആ മണ്ണിൽ ഇതു രണ്ടാമൂഴം...

ഈ ഭൂമി സദാ ഭ്രമണം ചെയ്യുന്നതോടൊപ്പം മനുഷ്യരേയും അവരുടെ സുഖദുഃഖങ്ങളെയും കൂടി താങ്ങിക്കൊണ്ട് കർമപഥത്തിലൂടെ മുന്നോട്ടു പോവുകയാണ് എന്നൊന്നും അവൾക്കറിഞ്ഞുകൂടാ. എങ്കിലും ജീവിതത്തിന് ഇപ്പോൾ പുതിയ അർഥതലമുണ്ടായതുപോലെ.

എല്ലാ മണ്ണിലും മനുഷ്യർ തന്നെയാണു ജീവിക്കുന്നത്. ഇവരിൽത്തന്നെ മനുഷ്യപ്പറ്റോടെ കഴിയുന്നവരുണ്ട്. ദേശസ്നേഹത്തോടെ കഴിയുന്നവരുണ്ട്. ഇതൊന്നുമില്ലാത്തവരും ഈ മണ്ണിൽ ജീവിക്കുന്നുമ്ട്. അവർക്ക് പക്ഷേ ദുഃഖിക്കേണ്ടി വരുമെന്നു തീർച്ച. കാലം അവരെ തിരുത്തുമെന്ന വിശ്വാസത്തിലാണവൾ.

ഇവളുടെ പൂർവീകം ഏതു സ്ഥലമാണെന്നു ഇതുവരെയും നിശ്ചയമില്ലായിരുന്നു. അച്ഛനമ്മമാരുടെ സ്വദേശം കൊങ്കുനാട്ടിലെ ഒരു ഗ്രാമമാണ്. എന്നാൽ അവർ ഒടുങ്ങിയത് ഈ കർണാടക ഗ്രാമത്തിലും.

ഇവളുടെയോ ഇവളുടെ പെണ്മക്കളുടെയോ സ്വദേശം ഇതല്ല. എന്നാൽ ഇന്നു ശിശുക്കളായിരിക്കുന്ന പേരക്കുട്ടികൾക്ക് ഇതുതന്നെയാണ് സ്വദേശം. മാതാപിതാക്കളെ, തന്നെ. തന്റെ മക്കളെ, പേരക്കുട്ടികളെ എല്ലാവരെയും ഒന്നിപ്പിച്ച ഈ മണ്ണിൽ ജീവിക്കുക തന്നെ വേണം. ഇത് ഈ മണ്ണുമായുള്ള വിച്ഛേദിക്കാൻ കഴിയാത്ത സ്നേഹബന്ധമാണ്.

ഇങ്ങനെ കറങ്ങിത്തിരിഞ്ഞെത്തിയിരിക്കുന്ന തങ്ങളുടെ ജീവിതത്തിലേക്ക് ഒന്നു തിരിഞ്ഞുനോക്കിയ പൊന്നമ്മാളിന് ഇപ്പോൾ പഴനിയപ്പനെ ആശ്വസിപ്പിക്കാനും അയാളെ ഉത്സാഹപ്പെടുത്താനും കഴിയുന്നുണ്ട്.

മുമ്പത്തെപ്പോലെ അധ്വാനിക്കാനുള്ള ശേഷി ഇവർക്കില്ല. ആയുസും ഇനി അത്രയധികം ഇല്ല. പ്രായമേറി രോഗാതുരയായികഴിഞ്ഞിട്ടും ജീവിതം അവരുടെ മുന്നിൽ നീണ്ടു കിടക്കുകയാണ്. തങ്ങളുടെ സന്തതിപരമ്പരകൾക്കു വേണ്ടിയെങ്കിലും ജീവിച്ചേ മതിയാവൂ എന്ന വാസ്തവം ഉൾക്കൊണ്ട് പഴനിയപ്പനും പൊന്നമ്മാളും ഒരുമിച്ചു നിന്ന്, ആ മണ്ണിൽ വീണ്ടും ജീവിതത്തിന്റെ അടിത്തറ പാകാൻ തുടങ്ങി. അങ്ങു കിഴക്ക് വെള്ളകീറി; ക്രമേണ അരുണോദയമായി.